भक्तीचा हिमालय

द मीरा

जीवन चरित्र आणि भक्तिभाव रहस्य

बेस्टसेलर पुस्तक 'विचार नियम'चे रचनाकार सरश्री यांची अन्य श्रेष्ठ पुस्तकं

आध्यात्मिक विकास साधण्यासाठी या पुस्तकांचा लाभ घ्यावा

- जीवनाची दोन टोकं - ध्यान आणि धन
- रामायण वनवास रहस्य
- संत ज्ञानेश्वर - समाधी रहस्य आणि जीवन चरित्र
- अंतर्मनाच्या शक्तीपलीकडील आत्मबळ
- सत् चित् आनंद - तुमचे 60 प्रश्न आणि 24 तास
- मृत्यू उपरांत जीवन - मृत्यू मोका की धोका
- क्षमेची जादू - क्षमेचं सामर्थ्य जाणा, सर्व दुःखांपासून मुक्त व्हा
- प्रेम नियम - प्लॅस्टिक प्रेमातून मुक्ती
- आध्यात्मिक उपनिषद - सत्याच्या साक्षीने जन्मलेल्या 24 कथा
- विज्ञान मनाचे - मनाचे बुद्ध कसे बनाल

स्वविकासासाठी या पुस्तकांचा लाभ घ्यावा

- विचार नियम - आपल्या यशाचे रहस्य
- विकास नियम - आत्मसंतुष्टीचं रहस्य
- परिवारासाठी विचार नियम - हॅपी फॅमिलीचे सात सूत्र
- इमोशन्स वर विजय - दुःखद भावना व्यक्त करण्याची कला
- स्वसंवाद एक जादू - आपला रिमोट कंट्रोल कसा प्राप्त करावा
- साहसी जीवन कसं जगाल - अशक्य कार्य शक्य कसं कराल
- समग्र लोकव्यवहार - मैत्री आणि नातं निभावण्याची कला
- सुखी जीवनाचे पासवर्ड - दुःख, अशांती आणि उद्विग्नतेच्या कैदेतून सुखाला करा मुक्त
- जीवनाची 5 महान रहस्य - प्रेम, आनंद, मौन, समृद्धी आणि परमेश्वर प्राप्तीचा मार्ग
- वर्तमान एक जादू - उज्ज्वल भविष्याची निर्मिती आणि प्रत्येक समस्येवरील उपाय

युवकांनी या पुस्तकांचा लाभ घ्यावा

- आजच्या युवा पिढीसाठी - विचार नियम फॉर युथ
- नींव नाइन्टी फॉर टीन्स् - बेस्ट कसे बनाल
- श्रीरामांकडून काय शिकाल - नवरामायण फॉर टीन्स्

या पुस्तकाद्वारे प्रत्येक समस्येचं समाधान प्राप्त करा

- स्वास्थ्य प्राप्तीसाठी विचार नियम - मन:शक्तीद्वारे निरामय आरोग्य मिळवा
- स्वीकाराची जादू - त्वरित आनंद कसा प्राप्त करावा

या आध्यात्मिक कादंबऱ्यांद्वारे जीवनाचं गूढ रहस्य जाणा

- योग्य कर्मांद्वारे यशप्राप्ती - सन ऑफ बुद्धा
- शोध स्वतःचा - In Search of Peace
- पृथ्वी लक्ष्य - मृत्यूचं महासत्य
- दुःखात खुश राहण्याची कला - संवाद गीता

बेस्टसेलर पुस्तक 'विचार नियम'चे रचनाकार
सरश्री

भक्तीचा हिमालय
द मीरा
जीवन चरित्र आणि भक्तिभाव रहस्य

भक्तीचा हिमालय द मीरा - जीवन चरित्र आणि भक्तिभाव रहस्य

© Tejgyan Global Foundation

All Rights Reserved 2009.
Tejgyan Global Foundation is a charitable organization having its headquarters in Pune, India.

सर्वाधिकार सुरक्षित
'वॉव पब्लिशिंग्ज् प्रा. लि.'द्वारे प्रकाशित हे पुस्तक अशा अटीवर विकण्यात येत आहे, की प्रकाशकाच्या लेखी पूर्वअनुमतीविना ते व्यापाराच्या दृष्टीने अथवा अन्य प्रकारे उसने, भाड्याने अथवा विकत अन्य कोणत्याही प्रकारच्या बांधणीत अथवा अन्य मुखपृष्ठासह देता येणार नाही; तसेच अशाच प्रकारच्या अटी नंतरच्या ग्राहकावर बंधनकारक न करता आणि वर उल्लेखिलेल्या कॉपीराइटपुरत्या मर्यादित न ठेवता या पुस्तकाच्या कोणत्याही स्वरूपाच्या विनिमयास, तसेच कॉपीराइटधारक व वर उल्लेखिलेले प्रकाशक दोघांच्याही लेखी पूर्वअनुमतीविना इलेक्ट्रॉनिक, मेकॅनिकल, फोटोकॉपी, रेकॉर्डिंग इत्यादी प्रकारे या पुस्तकाचा कोणताही अंश पुनःप्रस्तुत करण्यास, जवळ बाळगण्यास अथवा सुधारित स्वरूपात प्रस्तुत करण्यास मनाई आहे.

प्रकाशक : वॉव पब्लिशिंग्ज् प्रा. लि., पुणे

ISBN : 9788184154528

पहिली आवृत्ती : नोव्हेंबर २००८

चौथी आवृत्ती : ऑक्टोबर २०१५

पुनर्मुद्रण : ऑगस्ट २०१७, जुलै २०१८, ऑक्टोबर २०१८

'भक्ति का हिमालय द मीरा' या मूळ हिंदी पुस्तकाचा मराठी अनुवाद

Bhakticha Himalaya The Meera - Jivan Charitra Aani Bhaktibhav Rahasya
By **Sirshree** Tejparkhi

समर्पित

हे पुस्तक समर्पित आहे 'संत रोहिदास' यांना, जे 'संत रविदास' या नावानेसुद्धा ख्यातनाम आहेत, तसेच जगाच्या पाठीवरील सर्व महान भक्तांना – जे अविरतपणे चोवीस तास भक्ती किंवा भक्तीच्या अभिव्यक्तीमध्ये रत असत. त्यातील नामावली.

१) देवर्षी नारद
२) महर्षी वाल्मिकी
३) महाबली हनुमान
४) सखा सुदामा
५) गुरूभक्त उद्दलक
६) राजा हरिश्चंद्र
७) भक्त पुंडलिक
८) भक्त उद्धव
९) भक्त प्रल्हाद
१०) संत गोरा कुंभार
११) महात्मा विदुर
१२) रामकृष्ण परमहंस
१३) संत ज्ञानेश्वर
१४) भक्त विसोबा
१५) भक्त नामदेव
१६) भक्त नरहरी सोनार
१७) भक्त चोखामेळा
१८) संत एकनाथ
१९) संत तुकाराम
२०) संत पुरंदरदासजी
२१) गुरू नानक
२२) संत कबीर
२३) भक्त पीपाजी
२४) चैतन्य महाप्रभू

१) मीराबाई
२) राधा
३) गोपिका
४) माता देवकी
५) माता सीता
६) दयाबाई
७) सहजोबाई
८) जनाबाई
९) सती अनुसया
१०) पतिव्रता अहल्या
११) मदर मेरी
१२) मदर तेरेसा
१३) यशोदामाई
१४) भक्त शबरी
१५) भाग्यवती विदुरपत्नी
१६) कुंती
१७) द्रौपदी
१८) सती सावित्री
१९) भक्तमयी राबिया
२०) मुक्ताबाई
२१) सत्यभामा
२२) रुक्मिणी
२३) कौसल्या
२४) सुमित्रा

भक्तीच्या हिमालयातील शिखरं
Day 1 to 30

१	**भक्ताच्या भक्तीचंच नाव मीरा!**	११
	प्रस्तावना	
२	**भक्तीची लाट**	१३
	पाचशे वर्षांचं चक्र	
३	**द हिमालया ऑफ भक्ती – द मीरा**	१६
	सर्वोत्तम गुणांचा आविष्कार	
४	**भाव-प्रभाव**	२१
	पहिली घटना	
५	**समाधीची अनुभूती**	२४
	दुसरी घटना	
६	**मीरेचा स्वसंवाद, स्वर, स्वसेवा**	२८
	मीरेचे शिक्षण	
७	**मीरेची किशोरावस्था**	३३
	गुरुदर्शन	
८	**मीरेने विवाह का केला**	३८
	चार कारणं	
९	**कमळ पुष्पाप्रमाणे आगळी**	४२
	सनाथ मीरा	
१०	**दिखाऊ सत्यदर्शन**	४६
	सती नव्हे, सत्य मीरा	
११	**मीरेवर झालेले अत्याचार, तिचा प्रतिसाद**	५१
	हृदयपरिवर्तन	

१२	संत तुलसीदासांशी पत्रव्यवहार	५४
	परिवार की परमेश्वर	
१३	मीरेची गुरुभक्ती	५६
	लोक काय म्हणतील	
१४	धर्मन्यायालयात मीरा	६०
	परिवाराचा, समाजाचा सर्वथा त्याग	
१५	प्रत्येक अत्याचार वरदान ठरले	६३
	कारावासात मौन-क्रीडा	
१६	भूतांना मोक्ष प्रदान करणारी मीरा	६५
	मीरा वर्तमान आहे	
१७	मीरेच्या उपस्थितीचा लाभ	६८
	कृष्णाच्या उपस्थितीचं रहस्य	
१८	पुरुष केवळ एकच	७१
	ज्ञानी मीरा	
१९	मीरेचा स्वर आणि खरी ओळख	७४
	विरक्त मीरा	
२०	मीरा झाली 'ध्येय'मय!	७७
	मीरा मृत्युलीला	

द-मीराची शिकवण — ८१

२१	मीरेची सरळ - साधी शिकवण	८३
	मनुष्यजन्म आणि मोक्ष	
२२	मन आणि कर्म	८७
	भ्रमनिरसन करी सद्गुरू	

२३	प्रेमवेडे कोण	९१
	परमेश्वराचा शोध : खऱ्या भक्तीतून	
२४	निद्रेतून जागं कसं व्हावं	९४
	सत्संग आणि संसार	
२५	प्रभुमीलन	९७
	अनुभवाचं आतिथ्य करा	
२६	तेजसंसारी कसं बनावं	९९
	महाआसन	
२७	अहंकाराचे व्यर्थ उद्योग	१०२
	जन्म – एक दुर्लभ संधी!	
२८	सच्चा गुरू, मदमस्त मन आणि ईश्वरदर्शन	१०६
	अज्ञानाचा बुरखा	
२९	भक्तीची दृष्टी	१०९
	वियोगाचा परिणाम	
३०	मीरेचं जीवन आणि उपसंहार	११३
	मीरा ते द मीरा	

द मीरा परिशिष्ट ... ११७

    भक्तिभाव – अभिव्यक्ती ... ११८
        भजन

१

भक्ताच्या भक्तीचंच नाव मीरा!

प्रस्तावना

'**मी**रेपासून ईश्वरप्राप्ती करू' या ओळीचा अर्थ जर आपल्याला उमगला नसेल, तर या ओळीतील 'मीरा' या शब्दाऐवजी 'भक्ती' हा शब्द वापरून बघू. चला तर, 'भक्तीपासून ईश्वरप्राप्ती करू या!'

मीराचा शाब्दिक अर्थ भक्ती नाही, परंतु मीरा हा शब्द उच्चारताच भक्तीचंच स्मरण होतं. म्हणूनच भक्तीचं दुसरं नाव आहे मीरा!

मीरा म्हणजे काही ऐकीव गोष्ट किंवा दंतकथाही नाही. मीरा हे एक वास्तव आहे, सत्य आहे, इतिहास आहे. भक्तीच्या शक्तीला जर आकारच द्यायचा झाला, तर मीरेचा चेहरा, तिची भावमुद्रा आणि तंबोरा (एकतारी) या गोष्टी अगदी सहजपणे आपल्या डोळ्यांपुढं उभ्या राहतात. परंतु, मीरा या प्रतिमेच्या फार पुढे निघून गेली आहे. मीरेचा पाठलाग करणारे केवळ तिच्या प्रतिमेपर्यंतच पोहोचू शकले; परंतु मीरा त्याही पलीकडे आहे.

मीरा आपल्या बाह्य छबीतून अलिप्त होऊन दूरवर जाऊन पोहोचली. पण, ती नेमकी कुठे पोहोचली, हे जर जाणून घ्यायचं असेल तर त्यासाठी हे पुस्तक त्या महामार्गाचा नकाशा आहे. आपणास खरोखरच ते ठिकाण, ते लक्ष्य गाठायचं असेल, तिथे पोहोचायचं असेल, तर या पुस्तकाचं केवळ वाचन पुरेसं नाही. त्या ध्येयावर पोहोचण्यासाठी हे पुस्तक खरंतर गायला हवं, मीरेच्या भक्तीला आपल्या डोळ्यांत साठवायला हवं. एवढंच नाही, तर मीरेची शिकवण आपल्या हृदयात सजवून, अंतःकरणात रुजवायला हवी. हे सर्व करणं आपल्याला खरोखरच शक्य आहे का? हा निर्णय किंवा आपलं मत लगेच व्यक्त करू नका. सर्वप्रथम हे पुस्तक मन लावून वाचा आणि मगच मीरेचं जीवनचरित्र कुठं व कसं ठेवायचं, ते ठरवा.

मीरा हे ईश्वराच्या सर्वाधिक प्रिय अशा गुणाचं नाव आहे. मीरा हे अशा अवस्थेचं नाव आहे जिथं माणूस स्वत:ला जाणून ईश्वराची अभिव्यक्ती करू लागतो. मग ती अभिव्यक्ती गाऊन, गुणगुणून अथवा लोककल्याणाची कामं करूनसुद्धा होऊ शकते. इतकंच नाही, तर ही ईश्वराची अभिव्यक्ती ग्रंथांचं लेखन करून, पद, दोहे, कवने, कवितांच्या माध्यमातूनही होऊ शकते; तसंच शरीराद्वारे नाचून, हसून, मौनातून अथवा ध्यानाच्या मुशीतून तावून-सुलाखून निघाल्यानंसुद्धा होते. काही शरीरं वर दिलेल्या अभिव्यक्ती एकत्र करून सेवा करतात, तर काही रचनात्मक कामं करून, चित्रं, मूर्ती बनवून ईश्वराचं स्तवन करून सेवा करतात. मीरेच्या शरीराद्वारे जी अभिव्यक्ती झाली ती पदांद्वारे, भजनांद्वारे व प्रेमरसाने ओथंबलेल्या स्वरांनी गाऊन झाली. पण, मीरेची ही अवस्था जाणून घ्यायची असेल, तर आधी स्वत:लाच मीरा व्हावं लागेल. अन्यथा, हा विचारच मनातून काढून टाकायला हवा.

हे पुस्तक वाचल्यानं मीरेची अवस्था जरी उमगली नाही, तरी किमान भक्तीचा एक किरण तरी आपल्याला गवसेल. जसं, सूर्याच्या एका किरणाला पकडून आपण सूर्यापर्यंत निश्चितच पोहोचू शकतो. तद्वत भक्तीचा एक किरण पकडून मीरेच्या प्रतिमेपुढे 'मीरा - ध्येयापर्यंत' आपण अवश्य पोहोचू शकाल.

प्रस्तुत पुस्तकास केवळ आशेचा एक किरण बनवून भक्तिसाधनेनं आपलं मन काबीज करा. दररोज एक अध्याय वाचून मननाच्या शक्तीनं भक्तीची (मीरेची) शक्ती जाणून घेण्याचा सुंदर प्रयास करा. ही प्रिय आस आपल्या मनाला नक्कीच मोहित करेल. सांसारिक मोहातून सुटका करून, विमुक्त होण्याचा हा निश्चितच एक कौतुकास्पद प्रयोग आहे. स्वत:ला भक्तियोगात विलीन करण्यासाठी तो अवश्य करून पाहा. त्यासाठी तुम्हाला शुभेच्छा. चला तर मग, आता विहार करू या मीरेच्या विश्वात...

...सरश्री

'भक्तीचा हिमालय द मीरा' या पुस्तकात मीरेचं जीवन व तिच्या भक्तीचं वर्णन केलेलं आहे. या व्यतिरिक्त मीरेच्या भजनांचे काही अंश उद्‌धृत केलेले आहेत. या पुस्तकात मीरेच्या जीवनातील काही घटनांचा समावेश केला आहे. तसंच त्या घटनांविषयी आपणास काय वाटू शकतं यावरही प्रकाश टाकला आहे. याचा एकच उद्देश, मीरेसारखी कृष्णभक्ती, अभिव्यक्ती, स्तवन, आपल्यातही उतरावं.

२

भक्तीची लाट
पाचशे वर्षांचं चक्र

पाचशे वर्षांपूर्वी संपूर्ण भारतवर्षात भक्तीची एक जोरदार लाट आली होती. प्रत्येक ५०० वर्षांनंतर उच्च चेतनेची एक नवी लाट जन्म घेत असते. याला इतिहास साक्षी आहे.

२५०० वर्षांपूर्वी भगवान बुद्ध, भगवान महावीर पृथ्वीतलावर अवतरले. २००० वर्षांपूर्वी येशू ख्रिस्तांचे आगमन झाले आणि १५०० वर्षांपूर्वी मोहम्मद पैगंबर प्रेषित म्हणून अवतरले. ५०० वर्षांपूर्वी गुरू नानकांचा जन्म झाला होता. दर ५०० वर्षांत असं एक चक्र येतं, असं एका सर्वेक्षणाद्वारे लक्षात आलं आहे.

५०० वर्षांपूर्वी मीरेचाही राजस्थानमध्ये जन्म झाला होता. त्याच वेळी दक्षिण भारतात पुरंदरदास नावाचे संत आणि बंगालमध्ये चैतन्य महाप्रभू जन्मास आले होते. या कालावधीत संत कबीर आणि महाराष्ट्राचे संत तुकाराम यांचाही जन्म झाला होता. म्हणूनच ५०० वर्षांपूर्वी संपूर्ण भारतवर्षात भक्तीची एक जबरदस्त लाट आली होती. अशी लाट येण्याआधीच त्या अनुषंगानं काहीतरी कार्य सुरू झालेलं असतं. मग एक वेळ अशी येते, की त्या लाटेनं एक उच्चतम बिंदू गाठलेला असतो. मीरेनं, तिच्या भक्तीनंही उच्चतम शिखर गाठलेलं होतं.

भक्ती आणि धैर्य यांचा अद्भुत संगम जाणून घेण्याची ज्यांना इच्छा असेल, त्यांनी मीरा-चरित्र, तिच्या भक्तीचं पठण व विचारमंथन करणं आवश्यक आहे. मीरेची कृष्ण-भक्ती तिच्यात बालपणापासूनच जागृत झाली होती, जी सर्व भक्तांना प्रेरणादायी आहे. इतक्या सहजपणे प्रेमाची उच्च अभिव्यक्ती करणं, सर्वसामान्य माणसाला अशक्यप्राय आहे.

लोकांना ईश्वराची पूजा-अर्चा करणंसुद्धा महाकठीण काम वाटतं, परंतु मीरेची गोष्टच वेगळी होती. ती सकाळ-संध्याकाळ कृष्णभक्तीत आणि उपासनेतच रममाण होत असे. तिच्या दृष्टीने सर्वश्रेष्ठ असं हेच एकमेव काम होतं. खरंतर एका राजाची ती राणी असल्यामुळं साजशृंगार करणं हेच तिचं स्वाभाविक कार्य होतं. पण तसं न करता, ती एखाद्या योगिनीसारखी कृष्णभक्तीत रममाण झाली. कृष्णभक्तीच्या रंगात रंगून गेली.

राजाची राणी म्हणून राजमहालात राहूनही मीरेचं मन तिथं कधी रमलं नाही. भोगविलासाची विपुल साधनं सभोवताली असताना सर्व सुखांचा त्याग करून हाती एकतारा घेऊन प्रेमवेडी, अभिसारिका मीरा आपल्या सावळ्याला भेटण्यासाठी घराबाहेर पडली. तिनं स्वतःला कृष्णभक्तीनंच सजविलं होतं. कृष्णभक्ती हाच तिचा बाज होता.

मीरेच्या जीवनाचं अवलोकन केल्यास, ईश्वरप्रेमच भक्तीचं रूप धारण करतं, हे लक्षात येतं. कारण भक्ती ही माणसाला मिळालेली अनमोल भेट आहे. माणसाला अवगुणांपासून मुक्ती देऊन भवसागर पार करण्यास भक्तीच कारणीभूत ठरून ईश्वराची भेटही घडविते. हेच जीवनाचे अंतिम उद्दिष्ट असून, इथेच भक्त आणि ईश्वर निरनिराळे, भिन्न न राहता अद्वैत होतात.

भक्त हा कृपापात्र असून, भक्ती ही कृपा आहे. जेव्हा भक्तावर अशी कृपा होते, तेव्हा त्याला आत्मसाक्षात्कार, आत्मबोध, स्वबोध, आत्मज्ञान, मोक्ष, आत्मानुभव असं म्हटलं जातं.

भक्तीमध्ये साधकाला सर्वप्रथम समज प्राप्त होते, ज्यामुळे भक्ती ही अंधभक्ती न राहता तेजभक्ती बनते. मीरेला गुरू भेटताच तिला दिव्यभक्तीचा साक्षात्कार झाला. हेच भक्तीचं अंतिम उद्दिष्ट आहे. भक्तीला अंतिम ध्येय मिळताच प्रेम हे वासना न बनता तेजप्रेम बनतं.

भक्तीचं अंतिम उद्दिष्ट प्राप्त झाल्यानंतर मीरा आपल्या पदातून, कवनातून गुरूंना वारंवार धन्यवाद देते, त्यांचे आभार मानते. कारण भक्तीच्या आनंदात प्रार्थना भीक न बनता कृतज्ञतेचा, धन्यवादाचा भाव बनते.

भक्तिभावामध्ये मीरेनं अत्याचार करणाऱ्या लोकांना येशू ख्रिस्तांसारखी उदारपणे क्षमा केली. कारण भक्तीत करुणा, दया न बनता तेजक्षमा बनते.

भक्तीत विश्वास अंधश्रद्धा न बनता तेजश्रद्धा बनतो. याच श्रद्धेच्या शक्तीमुळं महान चमत्कार होतात. मीरेच्या जीवनात असे अनेक चमत्कार घडले. मीरेचा मृत्यूसुद्धा एखाद्या चमत्कारापेक्षा कमी नव्हता, कारण भक्तीमध्ये मृत्यू जीवनाचा अंत न बनता महाजीवन आणि समाधी बनतो.

भक्तीच्या शक्तीमुळं या सर्व गोष्टी शक्य असल्यानं मीरेच्या जीवनात या सर्व बाबी नृत्य करतात, म्हणून मीरेला या पुस्तकात 'सर्वोच्च भक्तीचा हिमालय' असं संबोधलं आहे.

मीरेच्या जीवनावर व तिच्या काव्यावर आजपर्यंत अनेक पुस्तकं प्रकाशित झाली आहेत. त्यात मीरेच्या जन्मतारखा भिन्न-भिन्न दिल्या गेल्या आहेत. तिच्या जन्माविषयी निश्चित तारीख कुठंही सापडत नाही. काही लेखकांच्या मते ती सन १५५७मध्ये जन्मली होती, तर काही लोक तिचा जन्म १४९९ साली झाला असं म्हणतात. काहींच्या मते तिचा जन्म १४७८मध्ये झाला व मृत्यू १५४० साली. या तारखांच्या वेगवेगळ्या नोंदींवरून तिचा जन्म पंधराव्या शतकादरम्यान झाला असावा, असं अभ्यासकांचं मत आहे. त्याच कालावधीत मीरेच्या जीवनकाळात भारतवर्षात भक्तीची एक प्रचंड लाट आली होती.

३

द हिमालया ऑफ भक्ती - द मीरा

सर्वोत्तम गुणांचा आविष्कार

मीरेची दृष्टी प्राप्त झाल्यानंतरच मीरेची कहाणी संपूर्णपणे समजू शकते. परंतु तिची दृष्टी प्राप्त करून घ्यायची असेल, तर ती कहाणी वाचावी लागेल. तेव्हा प्रथम 'द मीरा'ची कहाणी वाचू या!

मीरेच्या नावाआधी जो 'द' हा शब्द जोडला गेला तो आहे "The Himalaya of Bhakti-Meera" म्हणजेच 'भक्तीचा हिमालय.' जेव्हा आपण 'हिमालय' हा शब्द ऐकतो, तेव्हा 'द'च्या सोबतच कानावर पडतो. इंग्रजी भाषेत 'द' हा शब्द (Article) का जोडला जातो? इतिहासात प्रथमच मीरेसोबत 'द' हा शब्द का जोडला गेला? खरंतर 'द' या एका शब्दामुळे लक्षात येईल, की आजवर 'द' हा शब्द कोणत्या गोष्टींसोबत जोडला गेला आणि वास्तविक कोणत्या गोष्टींसाठी तो जोडायला हवा. आजपर्यंत भक्तीला कोणत्या नजरेनं पाहिलं गेलं? आता कोणत्या दृष्टीनं बघायला हवं? शक्ती या शब्दाला 'द'ची जोड असते; परंतु भक्तीसोबत 'द'चा क्वचितच किंवा अपवादानंच वापर झाला असेल, म्हणून या पुस्तकाचं नामकरण 'द मीरा' असं केलं आहे.

मीरासोबत 'द' हा शब्द एवढ्यासाठीच जोडला गेलाय, कारण विश्वात फार कमी लोकांनी भक्तीचं अंतिम उद्दिष्ट गाठलं. मीरा ही त्यातीलच एक आहे. सत्यप्राप्तीसाठी ज्ञानमार्गावरून चालणारे लोक प्रसिद्ध आहेत, ख्यातनाम आहेत. परंतु, भक्तीच्या तुलनेनं पाहिलं तर मीरेचं नाव मान्यवर भक्तांमध्ये सर्वप्रथम घेतलं जातं.

मीरेची भक्ती अत्युच्च शिखरावर असल्यामुळं आज ती सर्वत्र प्रसिद्ध आहे. एखाद्याला जर 'स्त्री भक्ता'बाबत अधिक सखोल माहिती हवी असेल, तर त्याच्या

नजरेसमोर सर्वप्रथम मीरा हेच नाव येतं. मीरेची जी काही पदं, कवनं, गीतं आहेत, ती भक्तांमध्ये अधिक प्रिय होऊन प्रसिद्ध झाली आहेत. आजसुद्धा लोक मोठ्या भावुकतेनं ती पदं गाताना दिसतात. मीरेच्या जीवनावर काही चित्रपटसुद्धा बनवले गेले. या व्यतिरिक्त मीरासोबत 'द' शब्द लावण्याचे मुख्य कारण म्हणजे ध्येयाला मीरा गवसली होती.*

सुकरात, मन्सूर, येशू ख्रिस्त यांच्यावर लोकांनी अनेक अत्याचार केले, तरी त्यांच्या भक्तीत तसूभरही घट झाली नाही, तद्वत मीरेची भक्तीसुद्धा अनेक अत्याचार सहन करूनदेखील अढळ, अचल राहिली, भयमुक्त राहिली.

मीरेला भक्तीचा हिमालय म्हणा किंवा भक्तीचं शिखर; दोन्हींचा अर्थ -अशी भक्ती, जिथं भक्तीला अंतिम उद्दिष्ट लाभलं आणि त्यापुढे जाऊन अंतिम ध्येयाला भक्ती मिळाली. हे कसं शक्य आहे? ही बाब थोडी सविस्तरपणे समजून घेऊ या.

भक्तीचं शिखर प्राप्त केल्यावर माणसाचा दृष्टिकोन कसा बदलतो, हे आपल्याला मीरेचं जीवनचरित्र पाहिल्यावरच कळेल. इतके सारे अत्याचार सहन करूनही मीरा पायात घुंगरू बांधून नाचत राहिली आणि तरीही तिचं कोणी काहीच वाकडं करू शकलं नाही. तिच्या अंतरंगात भक्तीची शक्ती ओतप्रोत भरलेली होती. शिवाय, त्या शक्तीला केवळ एक दिशा असल्यामुळंच मीरा हे करू शकली.

मीरेचा जन्मकाळ

निसर्गात चढउतार होतच असतात. 'वस्तू जशा वर जातात, तशा त्या खालीही येतात. पुन्हा वर उठतात आणि खाली पडतात.' युगानुयुगे निसर्गाचा हा नियम चालला आहे. मीरेचा जन्म झाला त्या काळात भारतावर मोगलांचं राज्य होतं. तेव्हा लोकांमध्ये राज्यसत्ता मिळविण्यासाठी धुमश्चक्री चालू होती. जिकडं-तिकडं मारझोड चालू होती. कत्तली होत होत्या. त्यात राजपूत, राठोड वगैरे सर्वच सहभागी होते. एकाच वंशाचे लोक सिंहासनासाठी आपल्याच भावांची हत्या करीत होते.

त्या काळी हिंदू-मुस्लिम बंधुभावानं एकत्र राहत होते. मुस्लिम धर्मात जे सूफी संत होते, त्यांच्या शिकवणीचा परिणाम मुस्लिमांइतकाच हिंदूंवरसुद्धा होत होता आणि हिंदू संतांच्या शिकवणीचा परिणाम हिंदूंइतकाच मुसलमानांवरदेखील होत असे.

(*अंतिम उद्दिष्टाला भक्ती कशी मिळाली, हे जाणून घेण्यासाठी अध्याय २० वाचा.)

अशा धामधुमीच्या काळात आणि सूफी-संतांच्या जमान्यात जेव्हा वीरकुँवरी गर्भवती राहिल्या, तेव्हा त्यांचे सासरे रावदुदाजींनी गीता-भागवत पाठाचं आयोजन केलं. गर्भवती स्त्री त्या अवस्थेत जे काही ऐकते त्यामुळे गर्भाशयातील बाळावर चांगले संस्कार होऊन, त्याचा चांगला परिणाम तिच्या बाळावर होतो, अशी सर्वांची श्रद्धा! केवळ याच कारणामुळं रावदुदाजींनी गर्भवती वीरकुँवरीसाठी गीता-भागवत पाठाचं आयोजन केलं. मीरेच्या शिक्षणाचा हा पहिला धडा होता.

महाभारतातील अभिमन्यूची जन्मकथा तर आपणा सर्वांनाच ज्ञात आहे. अभिमन्यूनं आपल्या आईच्या गर्भात असताना चक्रव्यूह भेदण्याच्या रचनेबाबत ऐकलं होतं. त्याचप्रमाणे मीरेनंसुद्धा आपल्या आईच्या उदरात असतानाच गीता-भागवताचा पाठ ऐकला होता. एकानं धनुष्यबाणाबद्दल ऐकलं होतं, तर दुसरीनं जपजाप्याबाबत. म्हणून जन्म घेतल्यानंतर दोघांमध्ये प्रचंड तफावत दिसून आली. मोठेपणी अभिमन्यूनं चक्रव्यूह भेदलं, तर मीरेनं कर्मांची बंधनं तोडली. एकाच्या मनात सतत युद्धाचेच विचार चालू असायचे, तर दुसरीच्या अंतःकरणात सदैव दिव्यप्रेमाचे विचार विहरत असायचे. लहानपणी मुलांना ज्या प्रकारचे विचार आणि संस्कार लाभतात, त्यांचा खोलवर परिणाम त्यांच्यावर होत असतो. म्हणून मुलांना अगदी लहानपणापासूनच कटाक्षाने योग्य ते संस्कार आणि सत्संग यांचा लाभ द्यायला हवा, त्यामुळंच मोठेपणी ते लोकांचे प्रेरणास्थान बनू शकतील.

मीरेचे आजोबा रावदुदाजी हे मोठे धर्मात्मा आणि उदार स्वभावाचे सद्गृहस्थ होते. ते साधुसंतांची मनापासून सेवा करीत. मीरेच्या जन्माच्या वेळी तिचे आजोबा, वडील रत्नसिंह, चुलते वीरमदेव आणि चुलतभाऊ जयमल हे सर्व एकत्र राहत होते. मीरेच्या आजोबांना मुलं-मुली मिळून एकूण पाच अपत्यं होती. मीरा ही त्यांच्या चौथ्या सुपुत्राची-रत्नसिंहाची मुलगी. एकुलती एक कन्या असल्यानं मीरेचं पालनपोषण कोडकौतुकात झालं. एकमेव मुलगी असल्यामुळं मीरेच्या वडिलांनी व आजोबांनी तिच्यावर जिवापाड प्रेम केलं. मीरा जन्मतःच राजघराण्यात वाढली होती. शिवाय लग्नानंतर सासरी गेली तेही राजेमहाराजांच्या, राठोडांच्या खानदानातच. तिच्या सभोवताली शूरवीर, योद्धे आणि बलवान लोक वावरत होते. ते नेहमीच युद्धासाठी सज्ज असत. तलवार ही त्यांची शान होती. अशा शूरवीर योद्ध्यांच्या सहवासात तिचं जीवन तेजोमय झालं होतं.

मीरा- प्रेमरूपी गुण

मीरा ही आजच्या युगाला, सद्यःस्थितीला अधिक जवळची असल्यामुळं समजून घ्यायला अधिक सोपी आहे. राधेच्या युगाची आजच्या काळातील अवस्था मात्र लोकांना खूपच लांबची आहे. मीरेचा कालखंड खूप अलीकडचा असल्यामुळं तो जाणून आपल्या जीवनाशी त्याची उत्तम सांगड घालता येईल. म्हणूनच या युगात मीरेचं अनन्यसाधारण महत्त्व आहे. काही लोक मीरेला राधेचा अवतारही मानतात. राधेचा अवतार कुणी मानो अथवा न मानो, ती कृष्णगुणाचा एक अवतार मात्र निश्चित होती.

'प्रेम' हा ईश्वराचा सर्वांत मुख्य गुण आहे. मीराही प्रेमरूपी गुणाचा अवतार होती. कृष्णाला पूर्ण अवतार मानलं गेलं आहे, तर मीरेला कृष्णाच्या एका सर्वोत्तम गुणाचा अवतार मानलं जाऊ शकतं. त्या प्रेमावर जर आपण लक्ष्य केंद्रित केलं, तर मीरेसारखं प्रेम आपल्याही जीवनात अवतरीत होईल, आपल्याही हृदयातून पाझरू लागेल. इतकंच काय, पण ईश्वराचा सर्वांत मुख्य गुण – प्रेम आपल्या अंतर्यामी उतरू लागेल. मीरेच्या जीवनापासून प्रेरणा घेण्यासाठी तिच्या जीवनघटनांचं अंतरंग पाहायला हवं. मीरा इतकी प्रभावशाली आणि भावशाली कशी बनू शकली, यादृष्टीनं मीरेचं जीवन पडताळणं अत्यावश्यक आहे. तिचा भक्तिभाव, सर्वांनाच कसा बदलू शकला, तिच्या आसपास राहणाऱ्या लोकांना मीरेची भक्ती इतकी कशी प्रभावित करू शकली, हे जाणून घेऊ.

मीरेचं नामकरण

मीरेचा जन्म झाला तेव्हा जन्मतःच तिचा सूर्यासारखा तेजस्वी असलेला चेहरा पाहून तिचे नाव 'मिहिरा' असं ठेवण्यात आलं. सूर्याच्या अनेक नावांपैकी मिहिर हे एक नाव. मिहिराबाई पुढं 'मीराबाई' या नावानं प्रसिद्ध झाली. बरेच शब्द असे आहेत- जे मूळ शब्दाचे अपभ्रंश रूपात, बोलीभाषेत प्रचलित होतात. जसं, मिहिरापासून मीरा शब्द बनला व प्रचलित झाला. मीरा राठोड पुढं 'मीराबाई' या नावानं संबोधली जाऊ लागली. ती कृष्णाची निस्सीम भक्त आणि श्यामसुंदराच्या प्रेयसीच्या रूपात प्रसिद्ध झाली. तिला 'वृंदावनची माधुरी' यासारखी वेगवेगळी नावं दिली गेली.

मीरा जसजशी मोठी होऊ लागली, तसतशी आपल्या आजोबांना पूजा-अर्चा करण्यात मदत करू लागली. तिचे आजोबा फारच धार्मिक वृत्तीचे होते. ते दररोज

सकाळी नियमितपणे पूजा-पाठ करीत असत. मीरा त्यांच्यासाठी फुलं वेचून आणायची, पूजेच्या वेळी त्यांच्यासोबत बसायची व मनोभावे आरती गायची. पूजापाठ करायला मीरेला खूपच आवडायचं. अशाप्रकारे मीरा मंगल वातावरणात वाढत होती.

मीरा जेव्हा पाच-सहा वर्षांची झाली, तेव्हा तिच्या जीवनात अशा काही घटना घडल्या, ज्यामुळं तिला एक अनोखा परम अनुभव मिळाला. ज्या लोकांनी मीरेचं जीवनचरित्र लिहिलं त्यांनी या अनुभवाचा, चमत्कारांचा उल्लेखच केला नाही; कारण तो शब्दातीत होता. अशा अनुभवांना शब्दांत मांडताच येत नाही. 'स्वानुभवाला' लोक स्वतः समजू शकत नाहीत व इतरांनाही समजावून सांगू शकत नाहीत. त्यामुळे अस्सल सत्य लोप पावतं. मीरेच्या जीवनातील दोन घटना तिच्या प्रेमसमाधीचं कारण बनल्या. पुढील अध्यायात आपण त्या घटनांच्या संदर्भात जाणून घेणार आहोत.

४

भाव-प्रभाव

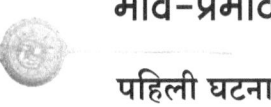

पहिली घटना

एकदा मीरा आपल्या परिवारासोबत आजोबांसह एका कार्यसिद्धीच्या निमित्तानं दूरच्या गावी निघाली होती. प्रवासानं सारे थकले होते. विश्रांती घेण्याची आवश्यकता वाटल्यानं वाटेतील जंगलात त्यांनी राहुटी ठोकली. तिथं एक साधू आला. त्याच्याजवळ कृष्णाची छोटीशीच पण फार सुरेख अशी मूर्ती होती. ती कृष्णाची मूर्ती मीरेला खूपच आवडली. 'ही मूर्ती मला हवी' म्हणून मीरा हट्ट करू लागली. खूप विनवण्या करूनही त्या साधूनं ती कृष्णाची मूर्ती तिला दिली नाही.

लोक ज्या देवाची पूजा करतात, ते त्यांचं आराध्य दैवत असतं, त्यामुळं ते ती मूर्ती कधीही कोणाला देत नाहीत. या प्रथेनुसार त्या साधूनंही ती मूर्ती देण्याचं नाकारलं. तो म्हणाला, 'कोणत्याही परिस्थितीत मी ही मूर्ती देऊ शकत नाही.' तेव्हा 'तुला अशीच दुसरी मूर्ती मिळेल,' असं सांगून आजोबांनी मीरेची समजूत काढली. परंतु मीरेनं मात्र आपला हट्ट सोडला नाही. ती म्हणाली, 'मला दुसरी नको, हीच मूर्ती हवी.' मीरा कोणाचंच ऐकायला तयार नव्हती. त्या दिवशी ती जेवलीदेखील नाही.

रात्री जेव्हा तो साधू झोपला, तेव्हा त्याच्या स्वप्नात साक्षात् भगवान श्रीकृष्ण प्रकटले. त्यांनी साधूला बजावलं, 'तू जर माझी प्रतिमा कोणाला देऊ शकत नाहीस तर भक्ती कशी प्रदान करणार? लोकांना भक्ती प्रदान करणं हे तर तुझं काम आहे.' रात्री पडलेल्या स्वप्नाचा संकेत ओळखून साधू प्रभावित झाला व सकाळीच त्या राहुटीत जाऊन त्यानं कृष्णाची मूर्ती मीरेला दिली. ती मूर्ती मिळताच मीरेची कळी खुलली, ती खूप आनंदी झाली.

यावरून असं लक्षात येतं, की मीरानं दिवसभर उपवास केला. ज्या भक्तिभावानं तिनं तो दिवस घालवला, त्या भक्तीनं आपला प्रभाव दाखवून तिला हवी असलेली कृष्णमूर्ती मिळाली.

आपल्या जीवनात ज्या काही घटना घडत असतात, त्या आपल्या अंतःप्रेरणेचा परिणाम असतो. आपल्या आंतरिक भावनेप्रमाणेच घटना घडतात, फळं मिळतात. मात्र, ती भावना किती प्रभावशाली असते, याचा नेमका अंदाज आपल्याला येत नाही. आनंदमय भावनांचा, आनंदमय भक्तीचा प्रभाव इतका व्यापक असतो, की एक आनंदी माणूस संपूर्ण विश्व बदलू शकतो. आनंदात, प्रेमात प्रचंड शक्ती, अगाध ऊर्जा असल्यानं तिच्या प्रभावानं संपूर्ण विश्व बदलू शकतं. मीरा ज्या भक्तिभावानं उपवास करीत होती, ती भक्ती फलित होणारच होती.

ज्या लोकांच्या जीवनात त्यांच्या भक्तीचा प्रभाव दिसून येत नाही, त्यांना हवं ते ईप्सित साध्य होत नाही. याचाच अर्थ, त्यांच्या भावनेत निश्चितच काही तरी कमतरता आहे. भक्ती जर प्रामाणिक, अंतःकरणपूर्वक असेल, दिखाऊ नसेल, तर त्या भक्तीमुळं आपण चुंबक बनतो आणि आपल्याला हवं ते सहजपणे प्राप्त करू शकतो. मात्र, भक्तीच्या प्रभावानं हव्या त्या गोष्टी कशा साध्य होतात, हे तुम्ही ठरवायचं नाही. मीरेनं ती मूर्ती तिला कशी मिळेल? हा विचार अजिबात केला नाही. मीरेची केवळ एकच भावना होती, की तिचा देव (ठाकूरजी) तिच्यापाशी आहे आणि दुसऱ्या दिवशी आपोआप ती मूर्ती तिच्याजवळ आली.

अशा पद्धतीनं प्रत्येक गोष्ट आपल्या जीवनात येत असते. कधी ती वाटेत असते, तर कधी काही कारणास्तव मध्येच कुठेतरी अडकलेली असते. पण ती कधी साध्य होईल, हे मात्र आपली भावना आणि भक्तीवरच संपूर्णपणे अवलंबून असते. कारण आपले भाव सतत बदलत असतात. कधी आपण सकारात्मक असतो, तर कधी नकारात्मक विचार करीत असतो. कधी आपण भक्तीनं परिपूर्ण असतो, तर कधी आपल्यावर महत्त्वाकांक्षा आरूढ झालेली असते. आपल्या भावना योग्य असतील, स्वभाव सरळ, अनुकूल असेल, तर आपलं ईप्सित नक्कीच साध्य होतं. कारण आपला 'स्व'भाव 'स्वानुभवा'च्या सर्वांत समीप असतो. आपला 'स्व'भाव जर चांगला असेल, तर आपल्या जीवनात सर्व काही येतं, मनासारखं घडतं; तेही आपलं काडीचंही नुकसान न होता! प्रतिकूल परिस्थितीवरसुद्धा आपण लीलया मात करू शकतो.

मीरेनं हे सर्व काही आपल्या जीवनात सिद्ध करून दाखविलं. ती नेहमीच भयमुक्त राहिली. केवळ निर्भयच नव्हे, तर अभय राहिली. आलेल्या प्रत्येक संकटाला सामोरी गेली. जिथं मृत्यूचं भय होतं, तिथंसुद्धा ती अजिबात डगमगली नाही. त्याचं एकमेव

कारण म्हणजे तिच्या भक्तीत असणारी प्रचंड शक्ती... तिचं कुणी काहीच वाकडं करू शकलं नाही. तिच्यातील भाव अकंप असल्याने कधीही कंपित झाला नाही. जेव्हा आपली भक्ती अढळ असते, तेव्हा ती काय करू शकते, याची आपण कल्पनासुद्धा करू शकणार नाही. भक्तीची शक्ती वाट्टेल ते निर्माण करू शकते; इतकी ती समर्थ असते. मीरेच्या जीवनातील ही घटना जाणून घेतल्यानंतर मनात केवळ सकारात्मक भाव ठेवल्यानं हवी ती वस्तू आपल्याजवळ येऊ शकते, हे आपल्या लक्षात आलं असेल.

साधूजवळ ती कृष्णाची मूर्ती पाहून मीरेवर जो परिणाम झाला, तो फारच वेगळा, अनोखा होता. एरवी तर आपण अनेक, निरनिराळ्या मूर्ती पाहतो. परंतु ती विशिष्ट मूर्ती पाहून मीरेवर इतका प्रभाव का पडला?

भक्तीच्या प्रभावामुळं कृष्णाची मूर्ती मीरेला प्राप्त झाली. माणूस जेव्हा एखादी गोष्ट मिळावी म्हणून सकारात्मक विचार करतो, तेव्हा ती वस्तू त्याला हमखास मिळतेच मिळते. पहिल्यांदा तो साधू मीरेला मूर्ती देण्यास तयार नव्हता, पण दुसऱ्या दिवशी मात्र सकाळी तो स्वत:हून ती मूर्ती देऊन गेला. यालाच भावनेचा प्रभाव म्हटलं गेलं आहे.

शब्दांपेक्षा भक्तीचं महत्त्व अधिक

मीरेनं पुढं संगीताचं शिक्षण घेतलं. पदं आणि कवितांचं गायन हा तर तिचा रोजचाच छंद. मीरा मातीची मूर्ती बनवून पूजा करीत होती. ती फुलं वेचून आणायची व रोज एक पद, एक कविता तयार करायची. तिची पदं, कवनं, कविता आजसुद्धा प्रसिद्ध आहेत. तिनं आपल्या काव्यामध्ये राजस्थानी, मारवाडी, भोजपुरी, गुजराथी आणि हिंदी शब्दांचा वापर केला आहे. तिच्या काव्यामध्ये या सर्व भाषांचं मिश्रण आहे.

मीरा वेगवेगळ्या ठिकाणी यात्रा करीत असल्याने निरनिराळ्या भाषांचा प्रभाव तिच्यावर पडत गेला. त्यामुळं वेगवेगळ्या भाषांतील शब्द तिच्या काव्यात असत. लोकांच्या दृष्टीनं अमुक एक भाषा अधिक रसाळ, तमुक भाषा चांगली नाही, असं असतं. परंतु, मीरेच्या दृष्टीनं शब्दांपेक्षा अधिक महत्त्वाचे होते ते भाव. जे शब्द भाव व्यक्त करायला अधिक प्रभावी, समर्पक वाटले ते तिनं वापरले. तसं पाहिलं तर शब्दांच्या माध्यमातून आपल्या भावना लोकांपर्यंत योग्यरीत्या पोहोचाव्यात, यासाठी शब्दांचं महत्त्व आहे. पण, लोक जेव्हा शब्दांच्या गुंत्यात अडकतात, तेव्हा वादविवाद सुरू होतात. म्हणूनच शब्दांमागील भाव, भावना समजून घेणं अत्यावश्यक असतं. भावनेच्या गर्भातच भक्ती वसलेली असते.

५

समाधीची अनुभूती

दुसरी घटना

मीरेच्या जीवनात अशा काही घटना घडल्या, ज्यामुळं तिला समाधीची अनुभूती आली. तिच्या जीवनात घडलेली पहिली घटना म्हणजे तिनं कृष्णाची मूर्ती पाहिली आणि लगेच तिला समाधी अवस्थेचा अनुभव आला. असाच अनुभव महर्षी रमण यांना 'अरुणाचल' शब्द ऐकल्यानं आला होता.

महर्षी रमण अवघ्या सोळा वर्षांचे असताना त्यांच्या घरी एक पाहुणा आला होता. बोलता-बोलता त्यांनी पाहुण्याला 'आपण कोठून आलात?' असा प्रश्न केला, तेव्हा तो पाहुणा उत्तरादाखल 'मी अरुणाचलवरून आलोय' असं म्हणाला. 'अरुणाचल' हा शब्द कानावर पडताच महर्षी रमणना समाधी लागली. ती क्षणभराची समाधी का लागली? त्याचं कारण काय? असं घडण्याचं कारण म्हणजे काही कालावधीनंतर त्यांचं उर्वरित आयुष्य त्या पर्वतावरच व्यतीत होणार होतं. परंतु ही गोष्ट त्यांना त्या वेळी माहीत नव्हती. 'अरुणाचल' या एका शब्दानं महर्षी रमण नखशिखांत थरारले होते. त्यांच्या अंत:करणात एक वेगळीच खळबळ उडाली होती. मीरेनंसुद्धा कृष्णाच्या मूर्तीचं दर्शन अशाच प्रकारे घेतलं होतं. कारण भावी आयुष्यात ती कृष्णाची साकार भक्ती बनणार होती.

महर्षी रमणना आणखी एकदा असाच समाधीचा जबरदस्त अनुभव आला. एकदा ते घराच्या छतावर झोपले होते. त्या वेळी घरात कोणीही नव्हतं. अचानक त्यांच्या मनात एक विचार आला. 'मी मरत आहे.' त्यानंतर ते असे काही निपचित पडून राहिले, जणूकाही आत्ताच मृत्यू येत आहे. मृत्यूचं भय इतकं जबरदस्त होतं, की त्यांनी ना हात हलविले ना पाय. अशा अवस्थेतही त्यांच्या लक्षात आलं, मृत्यू आल्यानंतरसुद्धा मृत्यूला जाणणारा कोणीतरी असतो आणि तो जाणून घेणारा प्रत्येक क्षणी उपस्थित असतो. हा

त्यांच्यासाठी एक आगळा अनुभव होता, एक वेगळी अनुभूती होती. मृत्यूनंतरही कोणी जाणकार असतो, हे त्यांना या घटनेमुळं ज्ञात झालं. या अनुभूतीनंतर त्यांना जी जाण आली, जी समज मिळाली, त्यामुळे त्यांच्या जीवनाचा अक्षरशः कायापालटच झाला.

या घटनेनंतर मात्र त्यांना कोणत्याही गोष्टीत रस वाटेनासा झाला. कुठल्याच कामात त्यांचं लक्ष लागेना. परिणामी, काही दिवसांनंतर घरदार सोडून ते बाहेर पडले. आता त्यांना त्यांच्या अंतरंगातील गुप्तधन मिळालं होतं. बाह्य धनदौलतीची आसक्ती संपुष्टात आली होती. त्यानंतर महर्षी रमण अनेकदा त्याच अवस्थेत राहत. ते डोळे मिटून अंग शिथिल करायचे. त्या अवस्थेतील त्यांची आभा, त्यांचे तेज पाहून लोक हळूहळू त्यांच्याकडे आकृष्ट होऊ लागले, त्यांना भेटून अनेक प्रश्न विचारू लागले. 'हा अनुभव आम्ही कसा घेऊ शकतो?' ही अवस्था आम्हाला कशी प्राप्त होऊ शकेल?' यावर महर्षी रमण उत्तरादाखल एवढंच म्हणत, 'मी कोण आहे? असं स्वतःला विचारा.'

मीरेची ग्रहणशीलता बालपणापासूनच महर्षी रमण यांच्याप्रमाणेच फार उच्च कोटीची होती. लहानपणी तिच्या वयाच्या मुली, तिच्या बालमैत्रिणी ज्यावेळी भातुकलीचा खेळ खेळत असत, त्या वेळी मीरा मात्र एकांती बसून कृष्णाच्या मूर्तीसोबत खेळण्यात दंग असे. ती गिरीधरासाठी कविता, कवनं गात असे. त्या मूर्तीपुढं नाचून हरप्रकारे रिझविण्याचा प्रयत्न करायची. तासन् तास ती त्या मूर्तीबरोबर बोलत बसे. जणू ती मूर्ती नसून साक्षात् कृष्णच तिच्यासमोर बसला आहे. मीरा दररोज त्या मूर्तीची पूजा करायची, मूर्तीला न्हाऊ घालायची, फुलांनी सजवायची. हे सर्व ती मोठ्या आनंदाने करीत असे. तिला गिरीधर नावाव्यतिरिक्त काहीच आवडत नसे.

मीरेची आईसुद्धा कृष्णभक्त होती. त्यांच्या घरी गिरीधर गोपाळाची मूर्ती होती. जेव्हा मीरेची आई ईश्वर दर्शनासाठी मंदिरात जात होती, तेव्हा मीराही आईसमवेत असे. मीरा रात्रंदिवस गिरीधर गोपाळाच्या मूर्तीची पूजा करण्यात मग्न होऊन मोडक्या-तोडक्या शब्दांत भजन गायची. तिचं भजन ऐकून घरातील सर्व लोक अचंबित होत असत. वाढत्या वयाबरोबर मीरेच्या हृदयातील कृष्णभक्ती अधिकच दृढ होत गेली. परिणामी, ती कृष्णाची परम भक्त बनली.

एके दिवशी मीरेच्या जीवनातही महर्षी रमणांसारखीच घटना घडली आणि ती त्या समाधी अवस्थेत पोहोचली. मीरा आपल्या आईबरोबर बसली असताना महालाच्या बाजूने एक वरात वाजतगाजत गेली. लहान मुलांचं मन मुळातच फार जिज्ञासू! प्रत्येक

गोष्टीविषयीची उत्सुकता त्यांच्या मनात सदैव दाटलेली असते. ते त्वरित प्रश्न विचारतात. त्या अनुषंगानेच ती वरात पाहून चिमुकल्या मीरेनं आपल्या आईला विचारलं, ‘हे काय चाललं आहे?’ आईनं सांगितलं ‘वरात चालली आहे.’ मग मीरेनं लगेच दुसरा प्रश्न विचारला, ‘वरात म्हणजे काय?’ आई उत्तरली, ‘लग्नासाठी नवरदेवाला घेऊन वरात जात असते.’ त्यावर मीरेचा पुढचा प्रश्न होता, ‘नवरदेव म्हणजे काय, लग्न काय असतं?’ तेव्हा आईनं तिला समजावून सांगितलं, ‘जिचं लग्न होत आहे, त्या मुलीचा नवरा म्हणजे नवरदेव.’

मीरा प्रश्नांचा भडिमार करत होती आणि आई मीरेच्या प्रश्नांची उत्तरं देत होती. शेवटी आईनं सांगितलं, ‘प्रत्येक मुलीला वर मिळत असतो.’ हे ऐकताच मीरेनं लगेच विचारलं, ‘मी पण मुलगीच आहे, मग माझा वर कुठं आहे?’ जर आईनं तिला असं सांगितलं असतं, मुलगी मोठी झाल्यानंतर वर मिळतो, तर त्यावर तिनं प्रश्न केला असता, मुलगी मोठी झाल्यानंतरच का, आता का नाही? आईनं जर याही प्रश्नाचं उत्तर दिलं असतं, तर तिनं आणखी एक नवा प्रश्न विचारला असता. तेव्हा तिच्या प्रश्नांचा ससेमिरा थांबविण्यासाठी कृष्णाच्या मूर्तीकडे बोट दाखवीत आईनं मीरेला सांगितलं, ‘हाच तुझा वर आहे.’ आईचं हे उत्तर ऐकताच मीरेला जी समाधीची अनुभूती आली, ती लोकांना समजली नाही. वास्तविक मीरेला सुरुवातीपासूनच कृष्णाच्या मूर्तीचं आकर्षण होतं, प्रेम होतं. पण ज्या वेळी अचानक तिला, ‘हाच माझा वर आहे,’ असं समजलं, त्या वेळी ती शरीरापासून अलिप्त, मुक्त होऊन एका वेगळ्याच अनुभवात (स्वानुभवात) पोहोचली.

लहान मुलं आई-वडिलांच्या गोष्टींना नेहमीच सत्य मानतात आणि राठोड खानदानात तर वचनाला, शब्दांना फारच महत्त्व दिलं जायचं. त्यामुळे आईचं बोलणं मीरेला खोटं वाटलं नाही. गिरीधर गोपाळच तिचा वर आहे, असं आईनं सांगताच तिला ते खरं वाटलं. गिरीधर गोपाळाच्या मूर्तीला ती एकटक न्याहाळून आपल्या हृदयमंदिरात श्रीकृष्णाला स्थापित करू लागली. याच भावनेतून मीरेनं कृष्णाला आपला पती मानला. मीरेसाठी हा एक फार मोठा धक्का होता. कारण आजवर ती ज्या मूर्तीशी हितगुज करायची, पूजा करायची, तोच तिचा पती होता. सुरुवातीला तिला वाटायचं, ज्याची आपण नित्यनियमाने पूजा करतो, तो आपल्यापासून वेगळा आहे. परंतु, त्या कृष्ण-मूर्तीशी आपलं जिव्हाळ्याचं नातं असल्याचं समजताच तिला सुखद धक्का बसला.

कृष्णाशी आपलं फारच नाजूक नातं आहे, ही समज मीरेला मिळताच हे ज्ञानच तिच्यासाठी प्रेम-समाधीची अनुभूती बनलं. लहान वयातच मीरेला समाधी अनुभव मिळाला, कारण त्या वयात तिच्या जीवनात इतर विषयांचा गुंता नव्हता. अन्यथा लोकांचं मन विविध विषयांत गुरफटलेलं असतं. त्यामुळे त्यांना इतक्या लवकर प्रेमसमाधी मिळू शकत नाही. फक्त ऐकलं आणि समाधीअवस्था प्राप्त झाली, असं होत नाही. आज रेडिओ, टीव्ही, वर्तमानपत्रांसारख्या माध्यमातून इतके विषय माणसासमोर येतात, की त्यांचं मन रिमोट कंट्रोल, मोबाईलसोबत भटकत राहतं. एका विषयावर कधी स्थिर होऊ शकत नाही. म्हणून इतक्या लवकर, असं सहजासहजी त्यांना प्रेमसमाधी लाभत नाही. मीरेसाठी तर सुरुवातीपासून भक्ती हाच एकमेव विषय असल्यानं सत्याचं आकलन होताच अन्य विषयच उरला नाही. आईच्या शब्दाला प्रमाण मानून मीरा देवाला (कृष्णाला) आपला पती परमेश्वर समजून नित्य त्याची पूजा आणि सेवा करीत राहिली. अशा या सेवेस 'स्वसाक्षीची सेवा' म्हणजेच 'स्वसेवा' असं म्हटलं जातं.

स्वसाक्षी, सेल्फ, स्वानुभव, कृष्ण, सत्य, ईश्वर अथवा अल्लाह ही सर्व एकाच चैतन्याची नावं आहेत. ज्याचं स्तवन आणि सेवा केल्याविना भक्त राहूच शकत नाहीत. ज्यांनी-ज्यांनी सत्याची अनुभूती घेतली आहे, ते आपल्या भावना आणि भक्ती निरनिराळ्या प्रकारे प्रकट करीत असतात. काही भक्त अश्रूंद्वारे अभिव्यक्ती करतात, तर काही भजन गातात. काही रात्रंदिवस सेवेत गुंतलेले असतात, तर काही ज्ञानसंदेश लिहिण्यात मग्न झालेले असतात. काही मूर्ती घडविण्यात रमत असतात, तर काही कवितेच्या माध्यमातून अभिव्यक्ती करतात. काही नृत्याद्वारे, तर काही आपल्या जीवनाद्वारे प्रकट करतात. स्वसेवा करण्याच्या या वेगवेगळ्या पद्धती असून, ज्या सर्वांमध्ये अंतर्भूत आहेत. हे वेगवेगळे प्रकार म्हणजेच 'स्वसेवा' सर्वांत अस्तित्वात आहेत. मीरेनं आपल्या जीवनातून आणि पदांमधून 'स्वसेवे'ची सर्वोत्कृष्ट अभिव्यक्ती प्रकट केली.

६

मीरेचा स्वसंवाद, स्वर, स्वसेवा

मीरेचे शिक्षण

जे लोक 'स्व'च्या अर्कामध्ये, त्या भावात आकंठ बुडालेले असतात, त्यांचं जीवन नेमकं कसं असतं, हे मीरेच्या जीवनावरून समजू शकतं. 'स्व'चा अर्क म्हणजे स्वर्ग! मीरेची भक्ती, तिची अभिव्यक्ती पाहून सर्वांनाच प्रेरणा मिळते व स्वतःमधील शक्यतांविषयी कल्पना येते. 'माझी भक्तीसुद्धा मीरेच्या भक्तीसारखी होऊ शकते,' हे उमजतं. 'स्व'च्या अर्कात बुडालेलं जीवन पराकोटीचा आनंद देऊ शकतं, याची जाणीव होताच आपणही तशा प्रकारचं जीवन जगण्यासाठी तयार होऊ.

'स्व'वर कार्यरत असलेला माणूस जेव्हा स्वानुभवावर पोहोचतो, तेव्हा त्याचा स्वर, स्व-सेवा, स्वसंवाद आणि स्वभाव कसा अप्रतिम बनतो, याचं उत्तम उदाहरण म्हणजे मीरेची जीवनशैली! याव्यतिरिक्त 'स्व' (चैतन्य) म्हणजे काय आणि 'स्व'सार म्हणजे काय, हेही आपल्याला मीरेच्या जीवनावरून समजून घेता येतं.

स्वसारामध्ये, 'स्व'च्या अर्कामध्ये बुडाल्यानं तेच(चैतन्याचं)सार (ईश्वर तत्त्व) प्रकट रूपानं आपल्या जीवनात दिसून येतं. तोच अर्क आपल्या जीवनात उतरतो, एकरूप होतो. भक्तीचं सार, भक्तिरस आपल्या जीवनात उतरून समरस झाल्यानं आपलं जीवन कोणत्या प्रकारची अभिव्यक्ती करतं, समोर उभी ठाकलेली प्रत्येक समस्या कशी दूर होते, हे मीरेच्या जीवनातील घटनांवरून आपल्या सहज लक्षात येईल.

मीरेला स्वानुभवाची प्रचिती बालपणीच आली. कोणत्याही घटनेत, प्रसंगात तिचा स्वसंवाद कधीच नकारात्मक झाला नाही. मीरेची काही पदं वाचून लोक 'मीरेचं जीवन अतिशय दुःखी होतं, ती विरहवेदनांनी व्याकुळ होती, ईश्वरापासून दूर गेली होती,' असं अनुमान काढतात. वास्तविक विरह-शृंगाराची कवनं लिहिण्यामागं मीरेची काय भूमिका होती, हे लोकांना कधी समजलंच नाही. त्यांना असं वाटलं, 'हे पद लिहिलं

तेव्हा मीरा दुःखी होती... हे कवन लिहिताना मीरा खूश होती...' परंतु याबाबत खुद्द मीरेला विचारलंत तर ती म्हणेल, 'हे सर्व मी तुमच्यासाठी लिहीत आहे. तुमची अवस्था तुमच्यासमोर ठेवत आहे. ही माझी पदं, कवनं तुमच्यासाठी आरसा आहेत. त्यात तुमचीच प्रतिबिंबं तुम्हाला दिसतील. मी तर ईश्वराविषयीची तुमची तृष्णा व भक्ती वृद्धिंगत करीत आहे.'

अध्यात्माच्या बाबतीत अधिकतर लोक सखोल, अर्थपूर्ण गोष्टी समजू शकत नाहीत. संतानं वा भक्तानं आपल्या दोह्यातून, पदातून, अभंगातून जी काही अभिव्यक्ती केलेली असते, ते त्यांनी त्याच्या दुःखाचं प्रदर्शन केलं आहे, असं लोकांना वाटतं. त्यांनी आपल्या पदातून स्वतःची अवस्था, स्थिती अवश्य सांगितली आहे. परंतु जिथं दुःखाचा उल्लेख आला आहे, तिथं समोरचा श्रोता ज्या अवस्थेत आहे, त्याच्या चेतनेचा स्तर वाढविण्यासाठी असं म्हटलं आहे.

मीरेच्या पदातून कधी मूर्तिपूजेचं महत्त्व सांगितलं गेलं, तर कधी तीर्थक्षेत्राचं. काही पदातून ती म्हणते, 'मला काशीला जायची आवश्यकता नाही किंवा गंगा-यमुना पाहण्याची गरज नाही. हे सर्व तर माझ्या अंतःकरणातच आहेत.' अशा प्रकारे तिनं एका बाजूला कर्मकांडावर ताशेरे ओढले आहेत, तर दुसऱ्या बाजूला त्यांचं महत्त्व विशद केलं आहे.

अशी दुविधेत टाकणारी शिकवण ऐकून काय मानावं आणि काय मानू नये, याबाबत लोक संभ्रमात पडतात. पण नुकत्याच अध्यात्माकडे वळालेल्या सत्यशोधकास मूर्तिपूजेचं महत्त्व सांगणं गरजेचं असतं, हे आपणास माहीत आहे. कारण आकार नसेल, तर त्याच्या अंतःकरणातील भक्ती कशी जागृत होऊ शकेल? जसंजशी शोधकाची आध्यात्मिक प्रगती होत जाते, तसंतसं त्याला सत्य स्पष्टपणे सांगितलं जातं.

आज विज्ञान इतकं प्रगत झालं आहे, की कोणतीही वस्तू मग तो लेख असो, कविता असो, गोष्ट असो वा चलचित्र; हजारो वर्षांपर्यंत ते सुरक्षित ठेवलं जाऊ शकतं. पाचशे वर्षांपूर्वी अशी सोय, अशी व्यवस्था नव्हती. बोटावर मोजण्याइतकेच लोक लिहिणं, वाचणं जाणत होते. फार कमी लोकांना लिहिता, वाचता येत असल्यामुळे लोक श्रवणशक्तीच्या जोरावरच सर्व काही स्मरणात ठेवत असत. त्या वेळी हेच एकमेव माध्यम होतं. इतिहासाची उजळणी व प्रसार असाच होत असे. त्यामुळे अनेक गोष्टी नष्ट होत असत. मीरेच्या पदांबाबतसुद्धा असंच झालं आहे. अनेक वर्षांनंतर तिची पदे लिहिली गेली. त्यामुळे काही पदांमध्ये बदल झाला, तर काही गोष्टींचा उल्लेख आलाच नाही किंवा राहून गेला. त्या वेळी मीरेला ऐकणाऱ्या लोकांची अवस्था कशी होती आणि त्यांना नेमकं काय ऐकवलं गेलं? हे नक्की कोणालाच माहीत नाही. लहान मूल जेव्हा आपल्या विवाहाबद्दल प्रश्न विचारतो, तेव्हा आपण त्याला जे उत्तर देतो ते खरं नसतं,

परंतु तेव्हा त्याच्यासाठी तेच उत्तर योग्य असतं. म्हणून मीरेनंसुद्धा लोकांना त्यांच्या अवस्थेनुसार उत्तरं दिली आहेत.

मीरेच्या पदातून लोकांना वेगवेगळ्या गोष्टी ऐकायला मिळाल्या म्हणून त्यांनी आपापल्या परीनं असा अंदाज बांधला, की मीरा दुःखी होती. एखादा जर दुःखद गीत गात असेल, तर ऐकणारे समजतील 'त्याचा स्वसंवाद दुःखद असेल म्हणून तो असं आर्त गीत आळवत आहे.' स्वसंवाद दुःखद असल्याशिवाय कोणी असे दुःखद आर्त गीत गात नाही. परंतु लक्षात ठेवण्यासारखी एक गोष्ट निश्चित आहे, ती म्हणजे मीरेचा स्वसंवाद कधीच नकारात्मक नव्हता. म्हणून तिची पदं, कवनं कोणत्या कारणासाठी, कोणासाठी रचली गेली, हे नीट समजून घेणं आवश्यक आहे. वास्तवता न समजून घेताच त्याच्यामध्ये दोष आहे, असं मानणं योग्य नाही.

मीरेनं आपल्या जीवनशैलीतून, आपल्या पदांतून, कवितेच्या माध्यमातून फार उच्च प्रतीची सेवा दिली आहे. तशी सेवा आपणही देऊ शकाल. लोक आजसुद्धा मीरेची पदे वाचून प्रेरणा घेत आहेत. परंतु पदांचं सादरीकरण पारंपरिक पद्धतीचं असल्यामुळे लोक फारसे समजू शकत नाहीत, त्यांना हवं तसं आकलन होत नाही. त्यांना कोणता मार्ग योग्य, सुलभ व स्वीकारण्यायोग्य आहे, कोणत्या पदाचं अनुकरण करायचं आणि कोणत्या नाही, हे ध्यानात येत नाही. परंतु आपण जाणताच की साधकाची, भक्ताची आणि शिष्याची अवस्था वेळोवेळी बदलत असल्याने त्याच्याकडून वेगवेगळ्या प्रार्थनांची अभिव्यक्ती होऊ लागते. हळूहळू प्रार्थनांचा परिणाम दिसू लागताच त्याच्या लक्षात येतं, आकाराकडून निराकाराकडे कशी वाटचाल करायला हवी.

मीरेचं शिक्षण

मीरेचे आजोबा साधुसंतांचा फार आदर करीत असत, मग ते शूद्र का असेनात. तिचे आजोबा उत्तम योद्धा तर होतेच, शिवाय ते धार्मिक वृत्तीचेही होते. या जगाच्या पाठीवर असे किती तरी लोक होऊन गेले, ज्यांनी केवळ शक्तीचीच नव्हे, तर भक्तीचीही पूजा केली. मीरेचे आजोबाही असंच एक व्यक्तिमत्त्व होतं. त्यामुळे त्यांच्या संस्काराचा परिणाम मीरेवरही होणं स्वाभाविक होतं.

एकदा त्यांच्या राज्यात कोणी संत-महात्मा आले होते. मीरेच्या आजोबांनी त्यांना आपल्या महालातच आश्रय दिला. त्या संत-महात्म्यानं रात्री मीरेचा सुरेल, कर्णमधुर आवाज ऐकला. तिचा गोड आवाज त्यांना अतिशय भावला. सकाळी त्यांनी चौकशी केली, की 'रात्री इतकं सुरेल गाणं कोण गात होतं?' मीरा गात असल्याचं जेव्हा त्यांना समजलं, तेव्हा त्वरित ते मीरेच्या आजोबांना (रावदुदाजींना) म्हणाले, 'मीरेला संगीताचं

शिक्षण अवश्य द्या. तिचा स्वर इतका मधुर व प्रभावी आहे, की तो ऐकून लोकांचा भक्तिभाव जागृत होतो.'

मीरेच्या जीवनापासून आपल्याला अनेक धडे घेता येतील. आपला स्वर (आवाज) कसा असावा, आपला स्वसंवाद, आपली सेवा, आपला स्वभाव कसा असावा? कोणत्या स्वानुभवात, स्वर्गात, 'स्व'च्या अर्कात राहून आपल्याला भक्तियुक्त प्रतिसाद देता येईल, लोकांशी निर्भयपणे कसा व्यवहार करता येईल?

मीरेचा स्वर खूपच मधुर, लाघवी असल्यामुळे तिला विशेषत: संगीत, नृत्य व कवितांचं शिक्षण घेण्यासाठी त्या-त्या विषयातील शिक्षकांकडे पाठवलं गेलं. मीरा संगीत, नृत्य व गीत इतक्या झपाट्यानं शिकत होती, की अखेर त्या शिक्षकांना म्हणावं लागलं, 'मीरेला आम्ही शिकविलं नाही, तर या सर्व कला तिच्याजवळ आधीपासूनच उपजत होत्या. आम्ही केवळ निमित्तमात्र ठरलो.'

काही लोकांच्या मते मीरेला कोणी गुरू नव्हता; तर काही म्हणतात, मीरेला गुरू होते. याबाबतीत लोकांचं दुमत आहे. याचं कारण म्हणजे ज्या शिक्षकांनी मीरेला वेगवेगळ्या विषयांचं, कलांचं शिक्षण दिलं, त्यांचं म्हणणं होतं, 'मीरेकडे या सर्व विद्या उपजतच होत्या.' असं होण्याचं कारण मीरा जी कला शिकण्यासाठी गेली, ती तिनं फार लवकर ग्रहण केली. शिकवणाऱ्या व्यक्तीला असं कधी वाटलंच नाही, की त्यांनी तिला काही शिकवलं. शिकवणारे केवळ निमित्त बनले, इतकी तयारी मीरेमध्ये आधीपासूनच होती. त्यामुळे ती सगळं काही लवकर शिकू शकली. मीरेला कोणी गुरू होता की नाही, हे लोकांना कधी कळलंच नाही. ईश्वरच मीरेचा गुरू होता, असं काही लोकांनी सांगितलं.

वेगवेगळ्या धारणा असलेल्या लोकांना मात्र आंतरिक ज्ञानाचा गंधसुद्धा नव्हता. ते बाह्य गोष्टींनाच महत्त्व देऊनच वादविवाद करीत राहिले. पुस्तकं लिहीत राहिले व समीक्षा करीत राहिले, टीका करीत राहिले, हे बरोबर... ते चूक... वगैरे. अशा तऱ्हेचा वादविवाद तर चालतच असतो, परंतु आंतरिक गोष्ट उमगली तरच समजेल, की मीरा शिकण्याच्या कलेत किती वाक्‌बगार होती.

मीरेची स्वसेवा

अगदी बालपणापासूनच मीरेच्या मनात भगवान कृष्णाप्रती अथांग, अपार प्रेम होतं. पण, लोकांची अशी समजूत आहे, की मीरेला बालपणापासूनच तिचे आजोबा मांडीवर बसवून साध्या शब्दांत भजन ऐकवत असत. तेव्हासुद्धा मीरा मोठ्या आनंदाने मनापासून भजन ऐकत असे.

लहान मुलं निरागस असतात, निष्पाप असतात व त्यांचं प्रेमही निःस्वार्थ असतं. मग मीरासुद्धा त्या गोष्टीला कशी अपवाद असेल! मीरेचं बालपणापासूनचं कृष्णप्रेमसुद्धा असंच निःस्वार्थी होतं. मीरेचं कृष्णाविषयीचं प्रेम तिच्या वाढत्या वयाबरोबरच कलाकलानं वाढत गेलं आणि तेच प्रेम सर्व जगतासाठी दिव्यभक्तीचं एक अप्रतिम असं उदाहरण बनलं.

तसं पाहिलं तर शिकवण्याचे विविध प्रकार आहेत. काही लोक बोलण्यातून शिकवतात, काही लोक लिहिण्याच्या माध्यमातून शिकवतात. काही लोक आपल्या जीवनशैलीतून शिकवतात, तर काही लोक या सर्वच प्रकारांचा समन्वय साधतात. शिकवण्याची प्रत्येकाची स्वतःची शैली असते, हातोटी असते. मीरेची स्वसेवा पाहून लोकांनी प्रेमाची महती आत्मसात केली. याचाच अर्थ, मीरेनं आपल्या जीवनशैलीतून लोकांना भक्तीच्या शक्तीचं ज्ञान दिलं. 'स्व'चा अर्थ ईश्वर असून, तो सर्वांमध्ये विद्यमान आहे. 'स्व'चा अर्थ कोणी कृष्ण, तर कोणी अल्लाह असाही घेऊ शकतो. परंतु सर्वांचा अर्थ एकच आहे. मीरेने आपल्या जीवनात ईश्वरी गुणांचा अंगीकार करून स्वसेवा, ईश्वरसेवा केली.

आपल्या भारतवर्षात असे अनेक संत होऊन गेले, ज्यांची स्वसेवा बघून लोकांनी आपल्या जीवनात धडे घेतले. अनेक संतांचं जीवनचरित्र वाचून त्यांच्या जीवनात कोणत्या प्रकारच्या घटना घडल्या, हे आपण जाणू शकता. एवढं सारं घडूनसुद्धा ते स्वसेवा करून इतरांसाठी भक्तीचा एक उत्तम नमुना पेश करू शकले. दृढ भक्ती करून उपयुक्त कारण बनू शकले. मीरेचं जीवनसुद्धा असंच एक सर्वोत्तम उदाहरण आहे.

मीरेचं जीवन तसं वैभवशाली असूनसुद्धा ती आपल्याच नादात राजघराण्यापासून अलिप्त, ऐश्वर्यापासून चार हात लांब, आपल्या भक्तीत मग्न राहिली. मीरेच्या स्वभावात निर्भयता आणि निर्मळपणा होता. तिनं आपलं जीवन सहज, सरळ आणि विरक्तीत व्यतीत केलं. ती स्वतःच्या वर्तनावर खूश होती. तिचं चारित्र्य निष्कलंक होतं व ती कृष्णभक्तीत आकंठ बुडालेली होती. तिनं आपलं जीवन कृष्णभक्तीत समर्पित केलं होतं. तिच्या मुखी सदैव गिरीधर गोपाळाचाच जप असे. तिचं असणं हे केवळ कृष्णासाठीच होतं. ती स्वप्नातसुद्धा कृष्णालाच बघत असे. आपल्या पदांच्या माध्यमातून ती कृष्णाशीच हितगुज साधून गुरूंकडून त्याच कृष्णाच्या भक्तीचे बळ, ताकद प्राप्त करीत असे.

७

मीरेची किशोरावस्था

गुरुदर्शन

मीरेला सख्खे भाऊ-बहीण असं कोणीच नव्हतं. आपल्या वडिलांची एकुलती एक संतान असल्यामुळे ती आपला चुलत भाऊ जयमलला आपला भाऊ मानायची. मीरा त्याच्यासमवेत किशोरावस्थेपर्यंत वाढली. अशा परिस्थितीत तिला वात्सल्य, स्नेह, प्रेम जे काही मिळालं, ते कृष्णाच्या मूर्तीविषयी वाटणाऱ्या अनन्य भक्तिभावातून. तिची बालमैत्रीण ललिता आणि चुलत्याच्या कुटुंबीयांचं प्रेम हीच काय ती मीराची भावनिक दौलत! त्यावरच ती समाधानी होती.

मीरेचा चुलतभाऊ जयमल त्याच्या सख्ख्या बहिणीसाठी आणि मीरेसाठीदेखील भेटवस्तू घेऊन यायचा. परंतु त्या भेटवस्तूंविषयी मीरेला कधीच आकर्षण वाटलं नाही. जयमल ज्या काही भेटवस्तू आणायचा, त्या ती कृष्णाच्या मूर्तीला अर्पण करायची. त्यामुळे तिच्या घरातील सर्व लोक तिला योगिनी म्हणूनच संबोधित असत. मीरा नियमितपणे कृष्णाची उपासना करून भजन गात राही.

मीरा दररोज एक पद गायची. ज्याप्रमाणे एखादी व्यक्ती मंदिरात जाते, फूल वाहते आणि संकल्प सोडते, तद्वत मीरा रोज एक पद वा भजन रचायची. मीरेचं हे नित्याचं काम होतं. मीरा लहान असताना तिच्या आजोबांनी तिची कृष्णभक्ती पाहून महालाच्या वरच्या भागात एक पूजाघर बनवून दिलं आणि त्याचं नाव 'श्यामकुंज' असं ठेवलं. तिथं मीरा शांतपणं, निर्विघ्नपणं कृष्णाची पूजा करीत असे. घरातील इतर सर्व कामं सोडून हे एकमेव काम मीरेसाठी उरलेलं होतं. अशा प्रकारे तिचं जीवन भक्तीच्या अभिव्यक्तीत, आनंदानं व्यतीत होत होतं.

मोठी झाल्यानंतरही मीरेचं लक्ष इतर गोष्टींपेक्षा कृष्णभक्तीतच अधिक गुंतलेलं

असे. प्रत्येक वेळी भक्तिरसाने ओतप्रोत भरलेले सुरेल कर्णमधुर गीत मीरेच्या पूजाघरातून ऐकायला येत असे. मीरेची वाढती भक्ती पाहून मीरेच्या आईला तिच्याविषयी चिंता वाटू लागली, तिच्या लग्नाची काळजी लागली. परंतु, मीरा मात्र आपल्याच तंद्रित, आपल्याच भक्तीत रात्रंदिवस रमलेली असायची. जसजसं मीरेचं वय वाढू लागलं, तसतसं तिचं मन साधुसंतांमध्ये आणि सत्संगामध्ये रमू लागलं.

समुद्राच्या तळापेक्षा भक्ती अथांग असते, हे त्या वेळी मीरेच्या नातेवाइकांना समजलंच नाही. समुद्र हे एक असं स्थान आहे, जिथं झऱ्यांचं, नदी-नाल्यांचं, डोंगरमाथ्यावरून वाहत येणारं पाणी एकत्र होतं. पण, समुद्राचे पाणी कधीही वाहत नाही. समुद्रालाच आपण ईश्वराचं प्रतीक मानलं, तर माणूस एक थेंब आहे. सागराचं पाणी उष्णतेनं वाफ बनून वर जातं. मग ढग बनून पावसाच्या रूपानं बरसून पुन्हा समुद्रात एकरूप होऊन जातं. परंतु त्यातील सगळंच पाणी पुन्हा समुद्रात येऊन मिसळत नाही.

अगदी तसंच काही जीव आपलं लक्ष्य विसरून मायाजालामध्ये अडकून पडतात. जेव्हा त्यांना लक्ष्याची आठवण होते, तेव्हा ते योग्य मार्गावर, योग्य दिशेनं वाटचाल करतात. पावसाचं पाणी नदीला येऊन मिळतं. परंतु नदीला तर सागरात विलीन व्हायचं असतं. तद्वत पावसाचा थेंब जेव्हा नदीत पडतो, तेव्हा त्याचा संबंध थेट समुद्राशी येतो आणि हाच थेंब बनतो मीरा! मीरा म्हणजे भक्त. भक्त झाल्यावर समुद्राविषयी, ईश्वराप्रती खरं प्रेम जागृत होतं. तेव्हा कोणताच अडथळा नसतो, कोणतीही बाधा नसते. खरंतर प्रत्येक माणसाला (नदीला) स्वतःशी एकरूप होण्याची, समुद्राला (ईश्वराला) भेटण्याची मनापासून इच्छा असते. म्हणजेच जे प्रत्येक माणसाच्या अंतर्यामी वास करतं, त्या तेजसत्याला, ईश्वराला भेटण्यास माणूस सदैव उत्सुक असतो. पण ही गोष्ट सगळ्यांनाच ठाऊक नसते.

मेढताचे महाराज रावदुदाजी साधुसंतांचा फार आदर करीत. मेढतामध्ये जे कोणी साधुसंत येत, त्यांना राजमहालातून आमंत्रण पाठवलं जात असे. त्यानंतर सत्संग होत असे. सत्संगात राहणं, पदं गाऊन आनंद घेणं या मीरेच्या आवडत्या गोष्टी. मीरेचं ध्यान सत्संगात अधिक असायचं म्हणून विशेषकरून तिच्या शिकवणुकीत सत्संगाचं महत्त्व सर्वाधिक सांगितलं गेलं आहे.

मीरा जेव्हा तिच्या गुरूंना भेटली, तेव्हा तिला ज्ञानाचं महत्त्व समजलं. भक्ती आणि ज्ञान हे भिन्न नसून एकच आहेत, हे तिला उमगलं. भक्ती जेव्हा पुढं जाऊ लागते

तेव्हा तिला ज्ञान मिळतं व ज्ञान जेव्हा पुढे जाऊ लागतं तेव्हा त्याला भक्ती मिळते. वास्तविक, भक्ती आणि ज्ञान एकाच नाण्याच्या दोन बाजू आहेत. पण, दोघांची सुरुवात मात्र वेगवेगळ्या पद्धतीनं होते. मीरेच्या बाबतीत खरंतर भक्ती आधीच सुरू झाली होती, त्यामुळे सत्संगात तिला ज्ञानाचा आस्वाद घेता येऊ लागला. सत्संगात अशा काही गोष्टी तिला ऐकायला मिळायच्या, की त्या ऐकून ती स्वानुभवात पोहोचत असे. त्यामुळे तिला सत्संग खूप आवडायचा.

मीरेनं आपल्या जीवनात सत्यप्रबंधकाचं, सत्य व्यवस्थापकाचं कार्य अधिक प्रमाणात केलं. ती स्वतः कधी गुरू बनली नाही किंवा तिचे कोणी अनुयायीही नव्हते, कुणी वारसदार नव्हते, वा शिष्यही नव्हते. सत्यप्रबंधकाचं कार्य तिला खूप आवडायचं. हे काम ती मोठ्या आनंदाने करायची. राज्यात कुणी साधुसंत आला, तर ती त्वरित सत्संगाचे आयोजन करीत असे. ती लोकांना सांगे, 'आज संध्याकाळी सत्संग होणार आहे. आपण सर्वच सत्संग ऐकू या, नृत्य-अभिव्यक्ती करू या, भक्तिगीतं, भजनं गाऊ या.' मीरेला जास्त आनंद मिळायचा तो याच गोष्टीत. अशा सर्व गोष्टी ती आपल्या आईला सांगत राहायची.

मीरेची आई मात्र तिच्याबाबतीत दिवसेंदिवस चिंतेनं ग्रासली जात होती. मीरा वाढदिवससुद्धा साजरा करायला तयार नसते, हे मीरेच्या आईच्या लक्षात आलं. वाढदिवसाच्या वेळी मीरेने आपल्या आईला सांगितलं, 'वाढदिवस साजरा केल्यानं काय होणार? त्यानं आयुष्यात काय फरक पडणार आहे? त्याऐवजी आपण असं काही तरी करू, की जेणेकरून जन्माला आल्यानंतर जी बंधनं निर्माण झाली आहेत, ती सारी विलीन व्हावीत.' मीरेची समज आता बरीच वृद्धिंगत होत होती. माणसाचा जन्म घेणं हा एक दुर्लभ असा संयोग असून, हा जन्म मिळणं म्हणजे ईश्वराचा अनमोल प्रसाद आहे. ही जाण आल्यामुळंच तिला असं वाटायचं, की विनाकारण कोणत्याही अनावश्यक गोष्टींत वेळ वाया घालवता कामा नये. म्हणूनच मीरा म्हणत असे, 'हा काळसुद्धा आपण बंधनं तोडण्यासाठी भक्ती करण्यात घालवू या.' मीरेच्या या विचारांवरून मीरेच्या अंतर्यामी बुद्ध आणि राधा यांचं मिश्रण होतं, असं दिसून येतं. तिच्यात बुद्धांप्रमाणं ज्ञानही होतं आणि राधेचं प्रेमही अवतरलं होतं.

बुद्ध ध्यानाद्वारे बंधनमुक्त होण्यास सांगतात, तर मीरा प्रेमाद्वारे बंधन तोडण्यास सांगते. या दोन्ही कृतींमागे एकच जाणीव आहे, ती म्हणजे मनुष्यजन्म एखाद्या फुलाप्रमाणे

असतो. एकदा का फूल फांदीवरून खाली पडले तर ते पुन्हा फुलत नाही. तद्वतच मानवाचा जन्म अमूल्य आहे, एक दुर्लभ संयोग आहे.

आपल्या मुलीचे हे विचार ऐकून मीरेची आई आश्चर्यचकित झाली, तिला नवल वाटलं. एक बारा-तेरा वर्षांची चिमुरडी, ज्ञान आणि प्रेमासारख्या गोष्टी कशा काय करू शकते? यावेळी मीरेच्या आईला मीरेमध्ये बुद्ध आणि राधा यांचा संगम झालेला दिसून येत होता. मीरा बुद्धांप्रमाणेच ज्ञानाच्या गोष्टी सांगत होती, 'अशा प्रकारचा हा संतोष सीमित, मर्यादित, क्षणभंगुर आणि कधीतरी मिळणारा आहे. दुःखाच्या भवसागरात जन्माला आल्यानंतर त्या दुःखांपासून कसं मुक्त होता येईल, याचा माणसानं प्रथम विचार केला पाहिजे. शिवाय त्या अनुषंगानेच कामही करायला हवं.'

मीरेच्या विचारात 'दुःखद विचारांना निमित्त कसं बनवलं जावं' ही बुद्धांची शैली तर राधेप्रमाणं प्रेमाची शैलीपण होती. मनाला भजनात आणि प्रेमभावात गुंतवलं पाहिजं, असंच तिला नेहमी वाटायचं. दुःख आलं आहे तर आता वेळ न दवडता सत्संगाचं आयोजन करण्यातच ती धन्यता मानायची.

मीरेची जाण आणि गुरूदर्शन

एकदा गुरूपौर्णिमेच्या निमित्तानं सत्संगाचं आयोजन करण्याची तयारी करीत असताना तिला सारखं जाणवत होतं, की आज गुरूजी येणार आणि सत्संग घडणार. तेव्हा वेळेवर सत्संगाचं आयोजन होऊन पूर्ण तयारी व्हायलाच हवी. मीरा आयोजनाच्या तयारीत गुंतली होती. मीरेच्या आईच्या मनात एक प्रकारची भीतीच बसून गेली होती, आपली मुलगी अशा प्रकारे आयुष्यभर भजन-कीर्तनच करीत बसणार की काय? तेव्हा आईनं विचारलं, 'आज आणखी काय निमित्त सापडलं बाई तुला? भजनाची तयारी करू लागली आहेस म्हणून विचारते?' आईचा प्रश्न ऐकून मीरेनं त्वरित उत्तर दिलं, 'अगं आई, भजन करण्यासाठी काही कारण लागतं का?'

मीराला वाटायचं, 'जो माणूस जन्माला येतो तो कर्मांच्या बंधनात अडकतोच. म्हणून त्याला ती बंधनं तोडून मुक्त होण्याचा अधिकार हा असलाच पाहिजे.' त्यावर आईने विचारलं, 'आज तू कोणाला गुरू बनविणार आहेस?' मीरा उत्तरली, 'माझा गुरू तर गिरीधर गोपाळ आहे. तेच माझं सर्वस्व आहेत आणि आज ज्या कोणाला ते आपल्या रूपात पाठवतील त्यांनाच मी गुरू म्हणून स्वीकारेन.' त्या दिवशी तिचे गुरू रविदास

आहे. सत्संगाचा कार्यक्रम व्यवस्थितपणे पार पडल्यानंतर ते निघून गेले. तेव्हाच मीरेनं संत रविदासांचा गुरू म्हणून स्वीकार केला.

संत रविदास जातीने चर्मकार होते व ते जोडे बनवण्याचे काम करायचे. त्या काळी चांभार जातीच्या लोकांना तुच्छ समजलं जात होतं. संत रविदास शूद्र जातीच्या लोकांच्या वस्तीत मुक्काम करायचे. त्यांना जेव्हा सत्संगाचे आमंत्रण येत असे, तेव्हा ते वेगवेगळ्या ठिकाणी जाऊन तिथंच सत्संग करायचे. मीरेच्या माहेरी सर्व जातिधर्मांच्या लोकांचा सन्मान होत असल्यानं रविदासांचाही सत्संग झाला.

गुरुपौर्णिमेच्या दिवशी मीरेला तिच्या गुरूंचं दर्शन घडलं. पण 'पुन्हा कधीतरी भेटेन' असं सांगून ते निघून गेले. रविदास वेगवेगळ्या शहरांत, राज्यांत, प्रांतांत सत्संगाचे कार्य करायचे. मीरेच्या अंतरंगात भक्ती तर होतीच, आता ज्ञानार्जनातही ती प्रगती करू लागली.

मीरेला मिळाला बहुमूल्य उपहार

मीरेच्या जीवनात अनेक घटना घडल्या. अगदी बालपणापासून तिला सांभाळणारे, सहकार्य करणारे तिचे आजोबा स्वर्गवासी झाले. मृत्यूपूर्वी त्यांनी उपहारास्वरूप त्यांचा मुलगा वीरमदेवला (मीरेचा चुलता) तलवार दिली आणि मीरेला माळ. जणू ती त्यांच्यासाठी जहागीर होती, दौलत होती. ती त्यांना कोणा साधुसंतानं दिली होती. तीच दौलत त्यांनी मीरेला दिली. कारण त्यांना मीरेसाठी आजोबांकडून मिळणारी ही सर्वांत मोठी व अमूल्य भेट असेल, हे ठाऊक होतं. आजोबांचे प्राणोत्क्रमण होताच मीरेच्या लग्नाची जोरदार तयारी सुरू झाली. मीरेनं ज्या चार कारणांसाठी विवाहाला संमती दिली. ती चार कारणं कोणती आहेत, ते जाणून घेऊया.

८

मीरेने विवाह का केला
चार कारणं

मीरेच्या आईला मीरेमध्ये बुद्ध आणि राधा यांचा संगम झाल्याचं दिसून आलं. म्हणून तिची चिंता अधिकच वाढली. आता तर तिची पक्कीच खात्री झाली, की मीरेचं लग्न करून देणं हाच यावर एकमेव उपाय आहे. एकदा का मीरेचं लग्न झालं म्हणजे आपोआपच ती भजन, कीर्तन, सत्संगाच्या या चक्रातून बाहेर पडून वैवाहिक जीवनात रममाण होईल. आई-वडिलांच्या आपल्या मुलीविषयी विचारांच्या काही मर्यादा असतात, त्यापलीकडे जाऊन अधिक विचार ते करूच शकत नाहीत. त्याचप्रमाणे एका तरुण मुलीची आई म्हणून मीरेच्या बाबतीत जितका मर्यादित विचार करायला हवा, तितका माता वीरकुँवरीनं केला.

लहानपणी ज्या मुलांना प्रथम बंडखोर, त्रास देणारी, उद्धट असं काही वेगळं समजलं जातं, तीच मुलं पुढं जाऊन जगासाठी काही नवनिर्मिती करू शकतात, अव्यक्तिगत आयुष्य जगून विश्वाचं कल्याण करून दाखवतात. आई-वडिलांच्या हे थोडंफार जरी लक्षात आलं, तरी त्या मुलांच्या अडचणी कमी होतील. आई-वडिलांना वाटत असतं, 'आपल्या मुलानं अमूक वाजता झोपलं पाहिजे... सकाळी लवकर उठलं पाहिजे... त्यानं अशा पद्धतीनं अभ्यास केला पाहिजे... परीक्षेत उच्च श्रेणीत पास व्हायला पाहिजे...' वास्तविक, आपला मुलगा इतर मुलांपेक्षा वेगळा असून तो नेहमीच नावीन्यपूर्ण असं काहीतरी करीत असतो, हे पाहून त्यांना आनंद व्हायला हवा. परंतु तसं न होता आई-वडिलांना चिंताच वाटू लागते. कारण अशा चाकोरीबाहेरील महत्त्वपूर्ण गोष्टींबाबतीत ते अनभिज्ञ असतात. मुळात त्यांची समजच तेवढी प्रगल्भ नसते.

मीरेच्या आईची स्थिती, मानसिकता तशाच प्रकारची होती. तीसुद्धा मीरेची भक्ती समजू शकत नव्हती. मीरेचे वडील राजपाट, युद्ध-अभियान अशा अत्यावश्यक कामांत

मग्न होते. मीरेच्या पाठीशी होते ते फक्त तिचे आजोबा. केवळ त्यांच्या आधारामुळेच मीरा आपलं लग्न टाळण्यात यशस्वी होत होती. त्यामुळेच ती सत्संगाचं आयोजन करू शकत होती आणि अशा प्रकारच्या कामात खूश होती, समाधानी होती. मीरेनं लग्नाच्या बंधनाला मंगळसूत्राच्या रूपानं स्वीकारलं, त्याची पुढील चार प्रमुख कारणं होती.

पहिलं कारण :

रामकृष्ण परमहंसांसमोर कोणी ईश्वराचं नाव जरी उच्चारलं, तरी ते त्वरित समाधी अवस्थेत जायचे. रस्त्यातून जाताना जर कोणी 'जय रामजी की' असं म्हणालं, तर ते तिथेच समाधी अवस्थेत पोहोचायचे. त्यांच्याबरोबर असलेले लोक त्रस्त व्हायचे. कारण त्यांना रामकृष्णांना सुखरूप घरी न्यावं लागायचं. मीरेच्या बाबतीतही असंच घडायचं. मीरा नेहमीच भक्तिभावात तल्लीन असायची, समाधी अवस्थेत जायची. लोकांना मात्र तो चिंतेचा विषय वाटायचा. कारण त्यांना वाटायचं, मीरा अचानक बेशुद्ध कशी झाली? ते समाधी अवस्थेलाच बेहोशी समजायचे. त्यामुळेच घरचे लोक मीरेचं लग्न झटपट उरकण्याच्या मागे लागले होते. ते सारखे तिच्या लग्नाचीच चर्चा करायचे.

दुसरं कारण :

सगळीकडे एक गोष्ट नेहमीच आढळते, की आई-वडील एखादी गोष्ट मुलांच्या पचनी पाडण्यासाठी, त्यांच्या डोक्यावर थोपण्यासाठी मुलांपुढं आपलं रडगाणं गातात. आपण दुःखी कसे आहोत, ते वारंवार मुलांना पटवून सांगतात. त्यामुळे आई-वडिलांचं दुःख पाहून मुलं भावूक होतात. आई-वडील सांगतील तसं करायला, वागायला ते तयार होतात. मीरेच्या आईनंसुद्धा मीरेपुढं तिचं दुःख वारंवार उगाळायला सुरुवात केली, 'मी फार दुःखी आहे. मला आता मरावंसं वाटतं.' तसं मीरेनं आपल्या दुःखी व उदास आईकडे पाहून म्हटलं, 'ठीक आहे. तू जसं सांगशील तसं मी करेन.' आईच्या अशा प्रकारच्या दबावामुळे मीरेनं अखेर लग्नासाठी होकार दिला.

तिसरं कारण :

लग्नाला होकार देण्याचं तिसरं कारण म्हणजे त्या काळी राजघराण्यातील मुलींची लग्नं, आपल्या सैन्याची ताकद वाढवण्यासाठी केली जायची. चितोडचा राजा, राणासांगाची इच्छा होती, की आपली ताकद द्विगुणित करण्यासाठी आणि राज्याचं सैन्यबल अधिक मजबूत करण्यासाठी मेढताच्या राजकन्येबरोबर आपल्या मुलाचं लग्न व्हावं.

ज्या लोकांच्या मनात सतत राजनीतीचे विचार चालू असतात, त्यांच्या डोक्यात असेच विचार घोळत असतात. एखाद्याचं लग्न कोणाशीही झालं, तरी त्याचं त्यांना अजिबात सोयरसुतक नसतं. त्यांचा उद्देश एकच असतो, तो म्हणजे आपली ताकद वाढली पाहिजे. त्या काळी राजे, महाराजे सतत हाच विचार करायचे. 'आपल्या शत्रूपेक्षा आपली ताकद कशी वाढेल? शत्रूशी दोन हात कसे करता येतील? त्यांच्याशी सामना कसा करता येईल? मारवाडच्या राठोडशी युद्ध कसं करता येईल ?' ही एक राजनैतिक व्यवस्था, एक मार्ग, उपाय होता. त्यांच्या दृष्टीने मीरा एक राजनैतिक प्यादं होती. त्यामुळं तिच्यावर लग्नाचा दबाव आणला जात होता. जेव्हा एका राजाकडून दुसऱ्या राजाकडे एखादा प्रस्ताव येत असे, तेव्हा त्याची फार गंभीरपणे दखल घेतली जाई. मीरेच्या लग्नाचं हेही एक कारण होतं.

चौथं कारण :

एकंदरच अशी परिस्थिती सर्व बाजूंनी अंगावर आली. शिवाय मीरेचा खरा आधार असलेले तिचे लाडके आजोबाही आता हयात नव्हते. आजोबांचा मृत्यू हेसुद्धा त्यातील मुख्य कारण होते.

या चार कारणांमुळे मीरेचा विवाह ठरला. तिचं लग्न चितोडचा राजा राणासांगाचा छोटा मुलगा भोजराज याच्याशी झालं. राजा राणासांगा पूर्ण राजेशाही थाटात वरात घेऊन मीरेला आपल्या राज्यात सून म्हणून घेऊन यायला निघाला. चितोडमध्ये आनंदाला उधाण आलं होतं. मात्र, मीरेच्या मनाची उलघाल समजून घेणारं तिच्याजवळ कोणीच नव्हतं. तिनं तर केवळ कृष्णाला मनोमन आपला पती मानलं होतं. बालपणी श्रीकृष्णाशी झालेल्या विवाहाची घटना तिला एखाद्या जिवंत चलचित्रासारखी दिसू लागली.

जगाच्या दृष्टीनं हा विवाह म्हणजे एक महत्त्वपूर्ण अशी घटना होती. मीरा मेवाडचा राजा राणासांगाची सून आणि त्याच्या लहान मुलाची, भोजराजची पत्नी बनणार होती. हे जरी खरं असलं, तरी या सर्व गोष्टी मीरेच्या मनाविरुद्ध घडत होत्या. तिच्या मनानं तर कधीच गिरीधर गोपाळाच्या प्रेमाचं अद्‌भुत रसपान केलं होतं.

मीरेने या मनाविरुद्ध घडणाऱ्या लग्नाला विरोध केला नाही. कारण ती समजून चुकली होती, की लग्नालाच परमसुख मानणारा हा समाज तिच्या या भावनांची कदर कदापिही करणार नाही.

मीरेच्या दृष्टीनं तिचा विवाह तर तिच्या बालपणीच श्रीकृष्णाबरोबर झाला होता. ती आधीच श्रीकृष्णाची धर्मपत्नी झालेली होती. आता पहिलं लग्न झालेलं असताना दुसऱ्या पतीचा स्वीकार करणं, हेच मुळी धर्मबाह्य कृत्य होतं. तरीही सर्व परिस्थितींचा स्वीकार करून मीरेनं वाजतगाजत राजघराण्यात प्रवेश केला.

लग्नविधी चालू असताना चितोडचे नगरवासी मोठ्या आनंदानं तो विवाह सोहळा पाहत होते. मात्र, एकटी मीरा आपल्या कृष्णाचं स्मरण करून व्याकुळ, भावविभोर झाली होती. इकडे लग्नविधी सुरू असताना ती मनातल्या मनात गाऊ लागली. 'जाके सर मोर मुकुट मेरो पति सो ही, मेरे तो गिरधर गोपाल, दूसरो ना कोई...।'

मोर मुकुट मस्तकी जयाच्या माझा पती मुरारी।

अन्य कुणीही पती न माझा एकमेव गिरीधारी।।

सप्तपदीच्या वेळी अग्नीभोवती प्रदक्षिणा घालताना तिनं अगदी विचारपूर्वक कृष्णाची मूर्ती आपल्यासोबत ठेवली होती. जणू तिचं लग्न कृष्णदेवाशीच लागत आहे. सप्तपदी संपली आणि सर्व जण गीत-भजन गाऊ लागले. मीरा आपल्या भजनभावात मग्न राहिली. भजनरसात ओथंबलेल्या मीरेला जे कोणी बोलवायला यायचं, तेही तिच्या गायनानं प्रभावित होऊन, दंग व्हायचं. मेढतानगरीमध्ये मीरेच्या लग्नाचा थाटमाट फार सुंदर केला होता. संपूर्ण राज्यभरातून हा सोहळा पाहण्यासाठी लोक आले होते. सगळं राज्य सजवल्यानं रोषणाईत न्हाऊन निघालं होतं. हा लग्नसोहळा पाहण्यास सर्व प्रजाजन आकर्षित होऊन उत्सुकतेने आले होते. दुसऱ्या दिवशी मीरेला घेऊन वरात तिच्या सासरी निघाली.

९

कमळ पुष्पाप्रमाणे आगळी

सनाथ मीरा

सासरच्या प्रथेप्रमाणं लग्नानंतर त्वरित कुलदेवीचं दर्शन घ्यावं लागत असे. सासरी पोहोचताच मीरेला कुलदेवीची पूजा करण्यास सांगितलं गेलं. तिथल्या सर्वच विवाहित स्त्रिया आपल्या कुंकवाच्या धन्यासाठी, आपलं सौभाग्य चिरकाल, अबाधित राहावं, त्याला दीर्घ आयुष्य लाभावं म्हणून कुलदेवीची पूजा करत असत. परंतु मीरेने पूजा करण्यास साफ नकार दिला. ती म्हणाली, 'माझा पती तर गिरीधर गोपाळ आहे. स्वत:च्या कुंकवाबद्दल ज्या साशंक असतील, त्यांनी खुशाल कुलदेवीची पूजा करावी.' मीरा कृष्णालाच आपला पती मानत असल्याने तिच्या पतीला मृत्यू येण्याची किंवा तिला अकाली वैधव्य प्राप्त होण्याची सुतराम शक्यता नव्हती. तिचं असं ठाम मत असल्यानं तिला कुलदेवीची पूजा करण्याची गरजच नव्हती. तिनं सासरच्या लोकांना सांगितलं, 'ज्यांना शंका असेल त्यांनी अवश्य पूजा करावी.' पण इतरांनी पूजा करू नये, असं मीरेनं मुळीच सांगितलं नाही. ज्यांना गरज वाटत असेल, ज्यांची पूजा करण्याची इच्छा असेल त्यांनी अवश्य करावी. परंतु मीरेचं हे म्हणणं लोकांना अजिबात आवडलं नाही.

राजपुरोहित, पंडितांना वाटत होतं, की प्रथेनुसार मीरेकडून पूजा व्हायला हवी, परंतु मीरेने या गोष्टीला साफ नकार दिला. लोकांनी तिचा पूजा न करण्याचा अट्टहास पाहून त्या गोष्टीकडे काणाडोळा केला. त्यानंतर अशाच काही घटना घडून लोकांना हळूहळू मीरेची भक्ती जाणवू लागली. काही लोक मात्र मीरेच्या भक्तीनं त्रस्त होऊ लागले, वैतागू लागले. काही लोक तिचा मत्सर, द्वेष करू लागले. राजा राणासांगाचा मुलगा, मीरेचा पती भोजराज सुस्वभावी, चांगला होता. त्याला मीरेच्या भक्तीचं आकलन फार लवकर झालं. खरंतर त्यालाही काही प्रसंगांना तोंड द्यावं लागलं. परंतु नंतर मात्र त्याला कळून चुकलं, की खरोखरच मीरेची भक्ती पवित्र आहे. मग त्याच्या सर्व शंका

दूर झाल्या. मीरासुद्धा आपल्या सेवेद्वारे लोकांची मनं जिंकू लागली.

अज्ञानाचा बुरखा फाडणारी मीरा

मीरेच्या सासरचे लोक जेव्हा तिला बुरखा घेण्याविषयी बोलत तेव्हा ती त्यांना सांगत असे, 'या एका बुरख्यामुळं तर हजारो जन्म वाया गेले. चौऱ्याऐंशी लाख फेरे या बुरख्यातच काढले आहेत. आता हा बुरखा काढलाच पाहिजे.' मीरेच्या दृष्टीनं बुरख्याचा नेमका अर्थ काय होता? बुरख्याचा अर्थ होता सेल्फविषयीचं अज्ञान, ईश्वराबद्दलचं अज्ञान, मान्यता, प्रणाली, प्रथा; आणि म्हणूनच ती म्हणत होती, अहंकाराचा जो बुरखा आहे तो आता फाडायला हवा, दूर करायला हवा. ती बुरख्याच्या विरोधात होती म्हणून लोक तिच्या विरोधात होते. परंतु मीरा मनानं निर्मळ होती. ती सर्वांना समान दृष्टीनं पाहत होती.

कमळपुष्पाप्रमाणे आगळी मीरा

मीरेच्या युगात विवाहानंतर राजकुमारींसोबत त्यांच्या दासींना पाठवलं जाई. त्या वेळी अशी प्रथा प्रचलित असल्यानं मीरेनं सासरी जाताना आपल्या प्रिय सखीला सोबत घेतलं. ती मीरेच्या भक्तिभावनेला उत्तम प्रकारे जाणत होती. ती नेहमीच मीरेला मदत करायची, तिची काळजी घ्यायची. सासरच्या एका नव्या वातावरणात मीरा एखाद्या कमळाच्या फुलाप्रमाणे आगळी-वेगळी दिसू लागली. त्यामुळं घरातील, परिवारातील लोक तिचा मत्सर, द्वेष करू लागले. चारही बाजूंनी दलदल व मधे जसं कमळाचे फूल असतं, तशी मीरा भासायची. अशा चिखलातसुद्धा ती निर्लेप होती. मीरा निर्मळ आणि अनासक्त असल्यानं घरातील लोकांना ती आवडत नसे.

मीरेच्या सासरी राजा राणासांगाचे सात पुत्र व सुना होत्या. म्हणजेच मीरेला सहा जावा व दोन सासवा होत्या. सासू-सुनेचं विळ्याभोपळ्याचं वैर त्याकाळी महालातूनसुद्धा असायचं. तिथे कैकेयी, मंथरासारख्या स्त्रिया पण होत्या. घरातील प्रत्येक स्त्री मीरेला येऊन उपदेश करायची, सल्ला द्यायची, 'तू अशा पद्धतीनं वागशील तर तुझा पती राजा बनेल. तूसुद्धा त्या दृष्टीनं कट कारस्थान कर, षड्यंत्र रच.' परंतु त्यांचे हे कलुषित सल्ले ती या कानाने ऐकून त्या कानाने सोडून द्यायची. तिला ते रुचत नसत. मीरा कमलपुष्पाप्रमाणे त्या चिखलापासून अलिप्त राहायची. परंतु मीरेच्या सासऱ्यांना मात्र वाटायचं, आपल्या या सुनेनं आपल्या राज्यासाठी काहीतरी भव्य-दिव्य काम करावं. पुढे मीरेचे सासरेही फार काळ जिवंत राहू शकले नाहीत. त्यांचा लवकरच देहान्त झाला. मग राजा राणासांगाच्या मृत्यूपश्चात त्यांच्या मुलांनी राज्यकारभार सांभाळला. मीरेच्या विक्रमादित्य नावाच्या

दीरानं राजसत्ता आपल्या हाती घेतली. त्यानंतर मीरेवर अनेक अत्याचार सुरू झाले.

मीरेची तीक्ष्ण दृष्टी

राणा विक्रमादित्याच्या लोकांकडून आता मीरेला त्रास देणं सुरू झालं. परंतु, या सर्व त्रासदायक गोष्टींकडे ती फार वेगळ्या दृष्टीनं पाहायची. कारण मुळातच तिची दृष्टी इतरांपेक्षा वेगळी होती. तिची बुद्धी आणि जाण वेगळ्या पद्धतीनं काम करीत असे. एवढे सारे अत्याचार सहन करूनही ती सत्य आणि सत्संगाच्या आयोजनामध्येच गुंतलेली असे. अधिकाधिक सत्संग व्हावेत म्हणून ती सतत प्रयत्नशील असे. दासींना मदतीला घेऊन त्यांच्यासोबत सत्संगाचे आयोजन कुठं करावे... कसे करावे... राज्यात कोणते संत आले आहेत... या सर्व गोष्टींवर तिचं बारीक लक्ष असायचं. जेव्हा मीरेचे गुरुजी मेवाडात येत, तेव्हा ती त्यांना भेटायला आवर्जून जात असे.

मीरेचे गुरुजी रविदास शूद्र जातीच्या लोकांच्या वस्तीत राहत होते. मीरा त्यांना भेटायला तिथे जायची. ही गोष्ट लोकांना अजिबात आवडायची नाही. विशेषत: त्या वेळच्या राजपुरोहित, पंडितांच्या दृष्टीनं हे फारच चुकीचं होतं. कारण ती तिथे केवळ सत्संगासाठीच जात नव्हती, तर भावनेच्या भरात, भावविवश होऊन नृत्यपण करायची. प्रामुख्यानं याच कारणामुळे सर्व लोक तिच्यावर नाराज होते. तिला रागवायचे, दम द्यायचे. 'तू परपुरुषांच्या समोर का नाचतेस? आपण उच्चवर्णीय आहोत. असं असताना तू खालच्या जातीच्या लोकांमध्ये का जातेस?' यावर मीरेचं एकच उत्तर असे, 'ते परपुरुष कुठं आहेत? तिथे तर सर्व भक्तजन असतात.' मीरेच्या दृष्टीनं तिथं कोणीच परपुरुष नव्हता. जे होते ते सर्व भक्तजन आणि भक्तगण असायचे. परंतु मीरेची ही गोष्ट लोकांच्या आकलनापलीकडची होती, समजण्यासारखी नव्हती. कारण मुळात त्यांची समजच कोती होती. काही मोजके लोक सोडल्यास बाकी सर्व या कारणास्तव नेहमीच नाराज असायचे.

सनाथ मीरा

लग्नानंतर मीरेच्या जीवनात अनेक वाईट प्रसंग घडले. प्रामुख्याने तिच्या जवळच्या नातेवाइकांचा मृत्यू. तिच्यावर जिवापाड प्रेम करणारे तिचे आजोबा तर आधीच स्वर्गवासी झाले होते. मग आईचा मृत्यू झाला. मीरेचे वडील, तिचे सासरे राणासांगासाठी युद्धात लढताना मारले गेले. त्या वेळी लोधी वंशाचे मुगल, मुस्लिम बादशहा गादी बळकावण्यासाठी, एक दुसऱ्याचे गळे घोटण्यासाठी सदैव तत्पर असायचे. प्रत्येकाला राज्यपद, गादी मलाच मिळाली पाहिजे, असं वाटायचं. बाबरसुद्धा हीच इच्छा बाळगून

होता. प्रत्येकालाच दिल्लीचे सिंहासन, गादी पटकावण्याची आकांक्षा होती. त्यासाठी प्रत्येक जण आपापल्या परीनं वेगवेगळ्या खेळी खेळत होते. परंतु मीरेला मात्र एकमेव भक्तीचाच ध्यास होता. सतत तोच एकमेव मार्ग तिच्यापुढे असायचा. तिची एकच दिशा कायम होती भक्तीची. मीरेच्या सासऱ्यांचं देहावसान झाल्यानंतरसुद्धा तिनं स्वतःला कधीच अनाथ मानलं नाही. कारण ती सनाथ होती. तिचा नाथ सतत तिच्यासोबतच होता. तिला कधीही असं वाटलं नाही, की ती अनाथ झाली आहे, पोरकी झाली आहे.

नाथ या शब्दाचा अर्थ आहे विश्वनाथ. विश्वाचा नाथ तर सदैव सर्वांच्या सोबत असतो, मग असे असताना कोणी अनाथ कसा असू शकतो? अनाथ म्हणजे ज्याच्यासोबत कोणीच नाथ नाही, ज्याचा कोणी धनी नाही, मालक नाही.

माणसाला जे काही दिसतं, त्यालाच तो सत्य मानतो. परंतु मीरा कशाला सत्य मानत होती? मीरेच्या दृष्टीनं सत्य काय होतं? मीरेनं जे ज्ञान प्राप्त केलं, जी जाण, जी भक्ती प्राप्त केली, तेच तिच्या दृष्टीने सत्य होतं. काही बदल घडला, परिवर्तन झालं, तरी त्याचा प्रभाव तिच्यावर पडत नसे. परिस्थिती कितीही बिकट असली, विपरीत असली, तरी ती मीरेच्या भक्तीवर मात करू शकत नव्हती.

खरंतर अनाथ आणि सनाथची व्याख्याच अशी आहे, की जगात कोणीच अनाथ असू शकत नाही. कारण प्रत्येकाची काळजी घेणारा कोणी ना कोणी असतोच. मग काळजी घेणारा माणूस दृष्टीस पडो अथवा न पडो. ज्या मुलांचे आई-वडील हयात नसतात, त्यांना निसर्ग मार्गदर्शन करीत असतो. म्हणजेच ती मुलंसुद्धा सनाथच असतात. तात्पर्य, सर्वच लोक सनाथ आहेत. जगात सर्वांचीच काळजी घेतली जात आहे. सर्वांनाच मार्गदर्शन दिलं जात आहे. परंतु लोकांचा समज असा आहे, की जर मुलांचे आई-वडील हयात असतील, तरच मुलं अनाथ असतात.

या पृथ्वीतलावरील प्रत्येकाचीच काळजी घेतली जात असते; मग ती जनावरं असोत किंवा मनुष्यप्राणी. एवढंच नाही, तर समुद्रातील जलचरांचीही काळजी घेतली जात आहे. भौतिक जीवनात डोकावून पाहिलं तरी लक्षात येतं, मनुष्यात परस्परांविषयी प्रेम आहे, आकर्षण आहे, ओळख आहे, नातं आहे. प्रत्येक जण कोणाची तरी काळजी घेतच असतो. सखोलपणे विचार केला, तर लक्षात येईल, ईश्वर प्रत्येकाच्या जवळ आहे. मग साक्षात् जर विश्वनाथच सोबत आहे, तर आपण कधीच अनाथ असू शकत नाही. सर्वच सनाथ आहेत. अनाथ होणं हे दिखाऊ सत्य आहे, भ्रामक सत्य आहे. पुढील भागात त्याविषयी आपण जाणून घेऊ या.

१०

दिखाऊ सत्यदर्शन
सती नव्हे, सत्य मीरा

काही वर्षांनंतर मीरा जगाच्या दृष्टीने विधवा झाली. परंतु मीरेच्या दृष्टीनं विधवा होणंसुद्धा एक दिखाऊ सत्य होतं.

दिखाऊ सत्य म्हणजे जे दिसतं, पण वास्तवात नसलेलं सत्य. आपण पाहतो, बाहेर खूप जोरात पाऊस कोसळतोय. परंतु त्या वेळी ढगांपलीकडे असलेला सूर्य मात्र आपल्याला दिसत नाही. तेव्हा 'Thank you for the Sun. सूर्यासाठी धन्यवाद!' असं म्हणा. मात्र धो-धो कोसळणारा पाऊस पाहून आपण असं म्हणू शकत नाही. 'किती भयानक पाऊस आहे, केवढा त्रास होत आहे' असं कधीही म्हणू नका; तर 'सूर्यासाठी धन्यवाद...' असं म्हणा. म्हणजे आता मला प्रकाश दिसू लागला आहे. हे दिखाऊ सत्य माझ्यावर मात करू शकत नाही. खरंतर आपण दिखाऊ, बनावटी सत्य पाहू नये. अग्नीमागं जी अग्निदेवता आहे तिला पाहता यावं, ढगांमागं जो सूर्य आहे तो पाहता यावा, अशी परमेश्वराची इच्छा असते.

आपण घराबाहेर पडल्यानंतर पाहतो, की रस्त्यात ट्रॅफिक जॅम आहे... लक्षात घ्या हे एक दिखाऊ सत्य आहे. आता आपल्याला कामावर जायला उशीर होणार, वेळेवर न गेल्याने कामच होणार नाही, असे विचार त्या वेळी अजिबात मनात आणू नका. कारण आपलं काम पार पडलं आहे. नेमकं हेच लोकांना दिसत नाही. दिखाऊ सत्याचा लोकांच्या मनावर पगडा बसतो. त्यांना तेच सत्य वाटू लागतं आणि जे सत्य वाटतं, तेच आपल्या जीवनात हळूहळू ठाण मांडून बसतं; तेच आकर्षित होतं.

आपल्याला त्याच गोष्टीचं आकर्षण वाटतं, जी गोष्ट आपण पाहत असतो. आज आपण काय बघत आहात? हा कचरा आहे... 'जीवनाचा भरवसाच राहिला नाही...' 'कधीही अपघात होऊ शकतो...' इत्यादी. आपला स्वसंवाद जर असा चालू असेल

तर स्वतःलाच आठवण करून द्या, की 'आपण जे पाहाल तेच आकृष्ट कराल.'

आपण लोखंडाचा एक असा तुकडा आहात, ज्यात सत्य टाकलं तर चुंबक बनाल व दिखाऊ सत्य भरलं, तर पितळ बनाल. त्यासाठी आजच ठामपणे ठरवा, निश्चय करा, हवं तर प्रतिज्ञा करा, की यापुढे मी कधीच दिखाऊ सत्याच्या जाळ्यात अडकणार नाही. 'हे काम अद्याप झालं नाही,' असं कधीही म्हणू नका. कारण बाहेरून लोक तेच बघत असतात, त्यांना तेच दिसत असतं, की हे काम अजून झालं नाही. खरंतर हेच ते दिखाऊ सत्य आहे. जोवर आपल्या विचारांत सत्याची निर्मिती होत नाही, तोवर ते वास्तवात उतरत नाही.

काही लोक आपला तिरस्कार करतात, तेव्हा आपण असं म्हणायला हवं, 'मला असं वाटतंय, परंतु वास्तविक ते माझ्यावर खूप प्रेम करतात.' एखादा माणूस आपल्याशी रागात बोलत असेल, तर आपण स्वतःलाच बजावा, 'मी या दिखाऊ सत्यात कदापि अडकणार नाही.'

समोरच्या माणसामध्ये आपणास जर क्रोध, तिरस्कार दिसत असेल, तर त्याला दिखाऊ सत्य समजून त्यात गुंतून जाऊ नका. 'हा माणूस माझ्या कामात आडकाठी घालत आहे, असं जरी दिसत असलं, तरी खरंतर तो माझा आत्मिक विकास व्हावा म्हणून मला मदत करीत आहे,' असा विचार करून त्या दिखाऊ सत्यात अडकू नका.

लोक नेहमी असाच विचार करीत असतात, की 'जोपर्यंत अमुक एक माणूस किंवा माझ्या परिवारातील तमुक एक सदस्य सुधारत नाही, तोपर्यंत मला चैन पडणार नाही. मी आनंदात राहूच शकणार नाही. माझ्या बायकोची वर्तणूक सुधारावी... माझ्या पतीचं वागणं सुधारावं... माझा मुलगा नीट वागायला हवा... असं झालं, तरच माझ्या जीवाला शांती मिळेल... हे सर्व कधी सुरळीत होणार तेच समजत नाही?... मी तर रोज त्यासाठी प्रार्थना करीत असतो. एवढं करूनसुद्धा कशातच काही फरक पडत नाही...' या अशा दिखाऊ सत्याच्या जाळ्यात लोक अडकले आहेत. तेव्हा आजच 'हे सर्व असं असलं तरीसुद्धा मी खूश आहे, आनंदी आहे,' हा ठाम निश्चय करा.

लोक दिखाऊ सत्यामुळे किती मोठ्या आनंदाला मुकले आहेत, हे त्यांच्या लक्षातच येत नाही. दिखाऊ सत्यामुळे लोक स्वतःहून आपल्याच पायावर कुऱ्हाड मारून घेत असतात. कारण आजपर्यंत कुणी त्यांना सांगितलंच नाही, 'हे दिखाऊ सत्य आहे. जे केवळ दिसतं, आपल्याला भासतं. परंतु आपण ते बघायचं टाळलं पाहिजे. कितीही

नकारात्मक घटना असल्या, तरी आपण फक्त मीरेचं स्मरण करून एवढंच म्हणा, 'हे जे काही दिसतंय त्यात मला अडकून पडायचं नाही. समोरचा मला शिवी देऊन गेला, त्यात मला गुंतायचं नाही. त्याच क्षणी तो विचार डोक्यातून काढून टाका. या दिखाऊ सत्यामागे दडलेली महत्त्वपूर्ण गोष्ट बघायची आहे.'

जे लोक आजारी आहेत, त्यांनीसुद्धा त्या आजारात अडकून न पडता असं म्हणायला हवं, 'हे तर एक दिखाऊ सत्य आहे, मला या आजारामागे असलेलं स्वास्थ्य पाहायचं आहे.' याचं कारण, जे लोक खरोखरच आजारी असतात, ते चोवीस तास त्या आजाराचाच विचार करीत असतात. त्यांचं म्हणणं असं असतं, 'ज्याचं जळतं त्यालाच कळतं. लोकांना बोलायला काय लागतं!' असं असलं तरी त्यांना ज्ञानाचा कडू डोस द्यायलाच हवा, ज्ञानाचं कडू औषध पाजायलाच हवं. त्यांना असा काही उपदेश केला तर ते अधिकच चिडून म्हणतील, 'आम्ही एवढं वेदनेनं, आजारानं तळमळतो आहोत आणि वर हे खुशाल उपदेशाचे डोस पाजत आहेत.' परंतु 'हे दिखाऊ सत्य असून आजारामागील स्वास्थ्य पाहायचं आहे.' हे त्यांना कळू द्यात.

स्वास्थ्याची आपल्याजवळ यायची खूप इच्छा असते, ते तर दारात तिष्ठत उभं असतं. त्याची इच्छा असते की हा माणूस कधी या दिखाऊ सत्याच्या बाहेर पडतो आणि कधी मी आत जातो. परंतु हा तर त्या आजाराला चक्क मिठी मारून बसला आहे, सोडतच नाही. जरी आपणास रोगाची लक्षणं दिसली, तरीही आपण म्हणाल, 'मी केवळ या बाह्य लक्षणांत अडकणार नाही.'

अशा वेळी आपण आपल्या सामान्य ज्ञानाचा वापर अवश्य करा, काळजी नक्कीच घ्या, औषधपाणी जरूर करा. कारण डॉक्टरसुद्धा परमेश्वराचीच निर्मिती आहे. आपण जर स्वास्थ्य पाहण्यास सुरू केलं, तर त्याचा परिणाम होण्यास नक्कीच सुरुवात झालेली असते. औषधानं, प्रार्थनेनं, चमत्कारानं, आपल्या विचारानं, आपल्या आंतरिक शक्तीनं सर्व जागृत होऊ लागेल.

काही जुन्या सवयींमुळे मन पुनःपुन्हा दुःखाकडे खेचलं जाईल... परंतु आपण म्हणाल, 'मला केवळ सत्यच पाहायचं आहे. काही लोक दिखाऊ सत्याच्या गुंत्यात अडकून नकारात्मक बाबींचे चुंबक बनून सकारात्मक गोष्टींसाठी पितळ बनतात.'

आपल्याला सत्यावर ध्यान केंद्रित करून चुंबक बनायचं आहे. त्यामुळं सकारात्मक बाबी आपल्याकडे खेचल्या जातील. त्यासाठी आपल्याला फक्त एवढंच करायचं आहे,

की इथून पुढं दिखाऊ सत्यात अडकून पडायचं नाही. कारण सकाळी डोळे उघडल्यापासून ते रात्री अंथरुणावर डोळे मिटेपर्यंत आपल्याला कितीतरी दिखाऊ सत्याला सामोरं जावं लागेल. पदोपदी दिखाऊ सत्य दिसेल. 'हा माणूस असा करतो... तो माणूस तसा वागतो... हे काम कधी संपणार... किती अभ्यास करायचा राहून गेलाय... हे कधी होणार... ते कधी संपणार?' हे सर्व दिखाऊ सत्य आहे.

जे लोक एकमात्र सत्य पाहू शकतात, तेच या पृथ्वीतलावर काही नवीन गोष्टींची निर्मिती करीत असतात. पृथ्वीतलावर मीरेसारखी काही मोजकीच माणसं काहीतरी भव्य-दिव्य करतात. दिखाऊ सत्यावर विश्वास न ठेवणारे लोक समजदार असतात.

टीव्हीवर दिसणारं, वर्तमानपत्रातून छापून येणारं दिखाऊ सत्य बघणं आणि वाचणं बंद करा. कारण आपण अजून खरं सत्य स्वीकारण्याइतके प्रशिक्षित झाला नाही, तेवढी ताकद अजून आपल्यात आली नाही. असत्य, दिखाऊ सत्य पाहून आपण आपल्या जीवनात तेच स्वीकारतो, आकर्षित करतो; पण ही गोष्ट आपल्याला सहजासहजी उमगतदेखील नाही.

एखाद्याचा चेहरा आपल्याला आवडत नसेल तेव्हा हा चेहरा म्हणजे एक दिखाऊ सत्य आहे. त्या चेहऱ्याआड (मागे) लपलेली जी सुंदरता आहे, ती मला बघायची आहे. 'प्रत्येक माणसाच्या आत एक सुंदर, अनमोल वस्तू आहे, ती म्हणजे परमचैतन्य' असं म्हणा. आपल्याला केवळ मला त्याच्यामागं जे सत्य आहे ते पाहायचं आहे, ही प्रार्थना करायची आहे. आपली ही प्रार्थना, आपला विचारदेखील त्या माणसाच्या अंतरंगातील त्या गोष्टीला-सत्याला साद घालीत असतो. परिणामी, त्या माणसात बदल घडून येऊ लागतो. जो माणूस तुमच्याशी वाईट वर्तणूक करीत असतो, त्याची ती वृत्ती बदलू लागते व तो तुम्हाला मदत करायला लागतो, तुमच्याशी चांगलं वागू लागतो. अशा प्रकारचं परिवर्तन त्याच्यात घडू लागतं. भले तो इतरांसाठी बदलणार नाही, पण तुमच्यासाठी मात्र अवश्य बदलेल. आपण जर सातत्यानं, वारंवार साद घालत राहिलो, तर सर्वांसाठीही तो बदलू शकेल. परंतु आधी प्रार्थना करण्याचा प्रारंभ आपल्याकडून व्हायला हवा.

'मी केवळ सत्य पाहू इच्छितो' अशी प्रार्थना करून आपल्याला संपूर्ण ब्रह्मांडाच्या शक्तींना दिशा देता येईल, त्यांना आपलंसं करता येईल. अन्यथा, दिखाऊ सत्याच्या जाळ्यात अडकून संपूर्ण ब्रह्मांडातील शक्तींचा गुंता करून काहीही साध्य होणार नाही. झालंच तर दुःखच पदरात पडतं. जागतिक युद्ध का घडत आहेत? लोकांच्या सामूहिक

नकारात्मक विचारांचा हा दुष्परिणाम आहे.

मीरेनं स्वतः विधवा झाल्याचं कधीच मान्य केलं नाही. लग्नानंतर जेमतेम सात-आठ वर्षांतच तिच्या पतीचं निधन झालं. परंतु या दुर्घटनेनंतर मीरा आपल्या भक्तीत अटळ राहिली. त्या काळी सतीची प्रथा होती. तेव्हा लोकांनी 'मीरेनं सती जावं' असं सुचवलं. मीरेनं सती जावं म्हणून राजपुरोहितांनी दबाव आणला. परंतु मीरेनं ठामपणे नकार दिला. ती कोणत्याही दबावाखाली आली नाही. कारण मुळातच ती स्वतःला विधवा समजत नव्हती. मीरेच्या मनात सतत हेच गीत उमटत होतं. ती मनातल्या मनात तेच आळवीत होती,

मेरे तो गिरीधर गोपाल, दुसरो न कोई

जाके सर मोर मुकुट, मेरो पति सोई

मीरा के रंग लाग्यो हो नाम हरि और रंग अंटिक परी

गिरीधर गास्यां, पती न होस्या, मन मोहयो धननामी

अन्य कुणीही पती न माझा एकमेव गिरीधारी।

मोर मुकुट मस्तकी जयाच्या माझा पती मुरारी।।

गिरीधराचं गीत मी गाते, सत्य, प्रेमाशी नाते।

माझा पती गिरीधर असताना, कशी काय हो सती मी जाते।।

अर्थात, माझ्यासोबत तर हरीचंच नाव जोडलं गेलं आहे. मी स्वतःला संपूर्णपणे गिरीधर गोपाळाला समर्पित केलं आहे. मी त्याचंच गीत गाईन. माझं नातं तर सत्याशी आहे, प्रेमाशी आहे, कृष्णाशी आहे. कारण मी सती नाही, सत्य आहे. सत्य माझ्यासोबत आहे.

यानंतर मीरेनं सती जावं म्हणून तिच्यावर फारसा दबाव आणला नाही. कारण मीरेच्या सासरचे लोक जाणून होते, की जर तिच्यावर सती जाण्यासाठी अधिक दबाव आणला किंवा जबरदस्ती केली गेली, तर तिच्या माहेराहून युद्धासाठी होणारी मदत बंद होईल. युद्धामध्ये मीरेच्या माहेरचे बरेच लोक मारले गेले होते. स्वतः मीरेचे वडील रत्नसिंह हेसुद्धा मदत करताना युद्धात मृत्युमुखी पडले. त्यामुळे मीरेवरचा सतीविषयीचा दबाव जाऊन तो विषय संपुष्टात आला.

११

मीरेवर झालेले अत्याचार, तिचा प्रतिसाद

हृदयपरिवर्तन

मीरेचा पती भोजराज यांच्या निधनानंतर राणा विक्रमादित्यानं आपली बहीण उदाबाईच्या संगनमतानं मीरेचा अमानुष छळ केला. अनेक षड्यंत्रं रचली, नाना अत्याचार केले, तिला जिवे मारण्याचाही अनेक वेळा प्रयत्न झाला. परंतु, मीरा प्रत्येक अत्याचाराच्या मुशीतून तावून, सुलाखून बाहेर पडून अधिकच तेजोमय बनली.

एकदा राणा विक्रमादित्यानं कृष्णासाठी फुलांचा हार पाठविला आहे, असं सांगून एक पेटी पाठवली. पण, त्या पेटीतून त्यानं फुलांच्या हाराऐवजी साप पाठवला होता. मीरेनं मोठ्या आनंदाने ती पेटी उघडून तो फुलांचा हार बाहेर काढला, तर चक्क तो भला मोठा साप होता! मीरेच्या हातात साप पाहून बघणारे लोक आश्चर्यचकित तर झालेच, पण भयभीतही झाले. परंतु मीरेला हे कसं शक्य झालं? ती घाबरली कशी नाही?

मीरेच्या जीवनानं हे सिद्ध करून दाखवलं, की 'जग जसं दिसतं तसं नसतं, तर आपण आहोत तसं जग दिसतं!' मीरेनं सापाला हार समजूनच हातात घेतला होता; परंतु सापानंही तिला दंश केला नाही. कारण सापसुद्धा तेव्हाच डंख करतो, जेव्हा त्याला धोक्याची जाणीव होते. दासींनी त्याला झटकून बाजूला केला, पण मीरेनं तर तो साप असा उचलून घेतला जणू फुलांचा हारच. नंतर अशा घटनांना दंतकथा बनवल्या जातात. त्या घटनेचं स्वरूप बदलवून टाकतात. ही गोष्ट सांगताना पुढे अशी पुस्ती जोडतात, की नंतर त्या सापाचाच हार झाला. मीरेचा भाव, तिचा अनुभव लोक सांगूच शकणार नाहीत. कारण या सर्व अतिसूक्ष्म गोष्टी त्यांच्या बुद्धीपलीकडच्या, कक्षेबाहेरच्या असतात.

उदाबाईचं हृदयपरिवर्तन

मीरेची नणंद उदाबाई मीरेवर खूप जळायची, पराकोटीचा द्वेष करायची, मत्सर करायची, कारण मीरा दिसायला खूपच सुंदर होती. उदाबाई आपल्या माहेरीच राहत होती. तिच्या पतीनं तिला सुरक्षिततेच्या दृष्टीनं तिच्या माहेरी आणून सोडलं होतं. कारण तेव्हा तो युद्धात गुंतलेला होता. उदाबाईच्या मनात मीरेविषयी कमालीचा मत्सर होता. लोक माझ्यापेक्षा मीरेवरच जास्त प्रेम करतात, असा तिचा समज झाला होता. प्रत्यक्षात ते खरंही होतं. त्यामुळंच ती मीरेकडं सतत तिरस्काराच्या नजरेनं पाहायची. एकदा तिला मीरेच्या दालनातून कोणीतरी बोलत असल्याचा आवाज आला. ते ऐकून उदाबाईनं या संधीचा फायदा घ्यायचा ठरवून त्वरित राणा विक्रमादित्याला जाऊन सांगितलं, 'मीरेच्या खोलीत कोणीतरी परपुरुष आहे.' हे ऐकून राणा विक्रमादित्य रागानं लालबुंद झाला व तलवार घेऊन तडक मीरेच्या खोलीत घुसला. परंतु, त्याला तिथं कोणीच दिसलं नाही. मात्र, एक चमत्कारिक दृश्य त्याला अवश्य पाहायला मिळालं, ते म्हणजे मीरेचा तेजःपुंज चेहरा आणि मीरेच्या चेहऱ्यावरील तेजप्रकाश!

पुढे कहाणीत असं सांगितलं गेलंय, मीरेची खोली प्रकाशानं न्हाऊन निघाली होती, एकच नाही, तर अनेक मीरा त्या खोलीत दिसत होत्या. वास्तविक पाहता ते समाधी अवस्थेचं केलेलं वर्णन आहे. जिथं अनेक एक होतात, शरीराच्या मर्यादा सरलेल्या असतात. मीरा म्हणजे केवळ एकच शरीर आहे, असं नव्हे. राजानं जेव्हा मीरेला विचारलं, 'खोलीत तुझ्यासोबत कोण होतं?' तेव्हा मीरा म्हणाली, 'माझ्या गिरीधराव्यतिरिक्त अन्य कोण असू शकतं?' मीरेचा भाव आणि मुखावरील तेज पाहून राणा विक्रमादित्य घाबरला व आल्या पावली परत फिरला.

राणा विक्रमादित्याला मीरेच्या खोलीमध्ये अनेक मीरा दिसल्या, म्हणजेच समाधी अवस्थेत मीरेच्या जणू शरीराच्या सीमाच संपल्या होत्या!

एकदा राणाने उदाबाईच्या हातून चरणामृत आहे, असं सांगून विष पाठवलं होतं. मीराला सांगितलं, 'हे अमृत आहे, कृष्णपूजेनंतरचा प्रसाद आहे.' मीरा ते चरणामृत प्रसाद म्हणून प्राशन करू लागली. मीरेनं विषाचा एक घोट घेतला तेव्हा तिचा तो विश्वास, ती श्रद्धा पाहून उदाबाईचा अंतरात्मा खडबडून जागा झाला. तिनं मीरेचा हात पकडून सांगितलं, 'थांब, पिऊ नकोस. हे अमृत नसून विष आहे.' तरीही मीरा ते प्यायला

तयार होती. हे पाहून उदाबाईचं हृदयपरिवर्तन झालं. भक्तीमध्ये इतकी प्रचंड शक्ती असते. मीरा विषसुद्धा आनंदाने प्राशन करीत आहे, हे तिच्या लक्षात आलं. पण, ज्यांच्याकडून विष बनवलं गेलं, ते मीरेचे शुभचिंतक होते. त्यांना मीरेच्या जीवाची काळजी वाटल्याने मीरेचा मृत्यू होऊ नये म्हणून विषाऐवजी त्यात धोतरा टाकला होता. धोतऱ्याचा परिणाम उलट्या होताच संपेल, असं त्यांनी मीरेला सांगितलं.

मीरेनं ते विष लीलया प्राशन केलं, कारण तिच्या दृष्टीनं ते विष नव्हतंच मुळी. प्रत्येक घटनेत, प्रत्येक प्रसंगात तिचा विश्वास अढळ होता आणि भाव अकंप होता. मीरेच्या सभोवताली शुभचिंतकांची संख्या वाढली होती. आता ती शुभचिंतकांच्या गराड्यातच राहत होती. ते नेहमीच मीरेची काळजी घ्यायचे. त्यांना आधीच कळायचं, की मीरेवर अत्याचार होणार आहे. तेव्हा ते तत्परतेनं मदतीसाठी तयार असायचे. हा मीरेच्या भावनांचा प्रभाव होता. मीरेच्या आसपासच्या सर्वच लोकांवर तिच्या भक्तीचा प्रभाव पडला.

त्याच दरम्यान मीरेनं संत तुलसीदासांना पत्र लिहून त्यांचं मार्गदर्शन घेतलं...

१२

संत तुलसीदासांशी पत्र-व्यवहार

परिवार की परमेश्वर

मीरेनं संत तुलसीदासांचे मार्गदर्शन घेण्यासाठी त्यांना एक पत्र लिहिलं. पत्रात तिनं आपली समस्या व्यक्त केली, एक प्रश्न विचारला, 'माझ्या परिवारासाठी मी स्वतःच समस्या बनले आहे. त्यांच्या दृष्टीने कृष्णाविषयी असलेलं माझं प्रेम हे खरंतर प्रेमच नाही, असं त्यांचं ठाम मत झालं आहे. ते माझी भक्ती समजू शकत नाहीत. माझी कृष्णभक्ती, माझं कृष्णप्रेम अगदी माझ्या बालपणापासून आहे. मी माझ्या कृष्णाचा त्याग करू शकत नाही, तसंच माझ्या परिवारातील लोकांना दुःखही देऊ शकत नाही. माझ्या मनात त्यांच्याविषयी आदर व प्रेम आहे. एकूणच माझी अवस्था दोलायमान झाली आहे. माझं मन कात्रीत सापडल्यासारखं झालं आहे. तेव्हा कृपा करून मी काय करायला हवं, याबद्दल मार्गदर्शन करावं, ही नम्र विनंती.'

मीरेनं पत्र पाठवलं, तेव्हा संत तुलसीदास काशीमध्ये होते. मीरेच्या भक्तीविषयी त्यांना सर्व काही माहीत होतं. त्यांना मीरेच्या द्विधा मनःस्थितीची कल्पना आली. तिचं दुःख त्यांच्या लक्षात आलं व उत्तरादाखल त्यांनी लिहिलं, 'परमेश्वराविषयीचं प्रेम हेच जगातील सर्वश्रेष्ठ प्रेम आहे. शिवाय परमेश्वर प्राप्त करण्यासाठी, भक्ती हा एकमेव आणि सर्वोत्तम मार्ग आहे. जीवनासाठी, जीवनसाथी हा एखाद्या मेघासारखा आहे. तुझ्या जन्मापूर्वीपासून परमेश्वर तुझ्यासोबत आहे व मृत्यूनंतरही तो तुझ्यासोबत असेल. सत्य हे त्रिकालाबाधित आहे. तेव्हा तू परमेश्वराचा त्याग कसा करणार? तो तर सत्याचा अवतार आहे. तुझा पती तर तुला तुझ्या जीवनाच्या मध्यावर भेटला आहे आणि मध्येच कधी तरी तो तुला सोडूनही जाईल. तो जोवर हयात आहे, तोवरच त्याची सेवा तू करू शकतेस. तोच तुझा त्याग करू इच्छित असेल, तर तूसुद्धा परमात्म्यासाठी त्याचा त्याग करू शकतेस.'

संत तुलसीदासांनी पत्रात पुढं लिहिलं, 'भक्त प्रल्हादानं आपल्या पित्याला परमेश्वर न मानता विष्णूला मानलं. वास्तविक, आपल्या पित्याविषयी त्याला प्रेम होतं, आदर होता. बिभीषणाने रामासाठी आपल्या शक्तिमान बंधूचा, रावणाचा त्याग केला. रावणाला सोडून तो रामाकडे आला. भरतसुद्धा आपल्या आईशी नातं तोडून रामाच्या चरणाशी आला. गोकुळातल्या गोपिकांनी संसाराचा मोह सोडून श्रीकृष्णाला आपलं सर्वस्व मानलं. आपल्या प्रियजनांचा त्याग करूनदेखील हे सर्व प्रेमी परमानंदाचे धनी झाले. कारण या सर्व ईश्वरप्रेमींच्या, भक्तांच्या ठायी अढळ श्रद्धा होती. हे सर्व जण असं मानत होते, की इतर सर्व नाती केवळ आळवावरच्या पाण्याच्या थेंबासारखी आहेत. त्यांच्या दृष्टीनं ईश्वरभक्ती हेच एकमेव आनंदाचं कारण होतं; ईश्वरप्राप्ती हेच एकमेव सत्य होतं आणि केवळ तेच त्यांच्या जीवनाचं लक्ष्य होतं.'

तुलसीदासांचे हे पत्र वाचल्यानंतर मीरेचं मन चिंतामुक्त झालं. मनावरील ताण नाहीसा झाला. मनातून तर तिने वैराग्य स्वीकारलंच होतं, पण आता आपल्या प्रेमाची जाहीररीत्या घोषणा करण्याची वेळ तिच्या दृष्टीनं आली होती.

१३

मीरेची गुरुभक्ती

लोक काय म्हणतील

मीरेची दृढ भक्ती सर्वज्ञात आहे. भक्तिमयी मीरेचं एक भजन प्रसिद्ध आहे.

'पग घुँघरू बाँध मीरा नाची रे ।

लोग कहे मीरा भई रे बावरी,

सास कहे कुलनासी रे ।

विष को प्यालो राणाजी भेज्यो,

पीवत मीरा हाँसी रे ।

मैं तो अपने नारायण की,

आप ही हो गयी दासी रे ।

मीरा के प्रभु गिरधर नागर,

सहज मिल्या अभिलासी रे ।'

एकदा संत रोहिदास चितोड नगरामध्ये आले होते. मीरेला संत रोहिदास आल्याचं समजलं. तेव्हा तिच्या मनात विचार आला, की गुरूंकडून ज्ञानप्राप्ती करून घेण्यासाठी राणीच्या वेषात त्यांना भेटायला जाणं उचित नाही. मीरेनं चर्मकार महिलेचा पेहराव परिधान केला व ती गुपचुप संत रोहिदासांना भेटायला गेली. त्यांचा सत्संग ऐकला आणि ती त्यांच्या कीर्तनात, ध्यानात मग्न झाली. असं करता-करता मीरेचा सत्त्वगुण दृढ झाला. नंतर मीरेनं विचार केला, 'असं चोरून, लपतछपत, गुपचुप, सन्मार्गावर, ईश्वराच्या मार्गावर कुठवर जायचं?' त्यानंतर मात्र ती आपल्या नेहमीच्या पोषाखात त्या

चर्मकार वस्तीमध्ये राजरोसपणे जाऊ लागली.

मीरेला असे ऊठसूट चर्मकार वस्तीत जाताना पाहून शेजाऱ्यापाजाऱ्यांत कुजबुज सुरू झाली. मेवाडमध्ये तर या गोष्टीवरून काही लोकांनी हलकल्लोळ माजविला. 'उच्च जातीची, उच्च कुळातील, राजघराण्यातील मीरा शूद्र जातीच्या चर्मकारांच्या वस्तीत जाऊन साधू-बैराग्यांच्या सोबत बसते.' अशा प्रकारे काही लोकांनी मीरेची निंदानालस्ती करण्यास सुरुवात केली. 'मीरा अशीच आहे... मीरा तशीच आहे... मीरानं ताळतंत्र सोडलं आहे...'

मीरेची नणंद उदानं समजावून सांगितलं, 'वहिनी, लोक काय म्हणतील, याचा थोडा तरी विचार कर. तू राजघराण्यातील राणी असून, घाणेरड्या वस्तीत, चांभारांच्या वस्तीत जात असतेस. कातड्याची चप्पल बनविणाऱ्या एका शूद्र माणसाला तू आपला गुरू मानतेस. त्याच्या पायावर मस्तक टेकवतेस, एवढंच नाही, तर त्याच्या हातचा प्रसाद घेतेस. ही काही चांगली लक्षणं नाहीत. तू असं वागू नकोस. तुला तुझी वर्तणूक सुधारलीच पाहिजे.' परंतु मीरा आपल्या भक्तीवर दृढ, अढळ राहिली. उदानं तिला वारंवार समजावून सांगण्याचा प्रयत्न केला 'मीरा! आता तरी माझं ऐक.'

तेव्हा मीरा उत्तरादाखल तिला म्हणाली,

'तायरो पियर सासरियो, तारयो माह्य मौसाली सारी,

मीरा ने अब सद्गुरु मिलाया, चरण कमल बलिहारी ।'

याचा अर्थ असा, मी संतांच्या सहवासात गेल्यामुळं माझ्या माहेरच्या कुळाचा, सासरच्या कुळाचा एवढंच नाही, तर माझ्या आजोळच्या कुळाचाही उद्धार झाला आहे.

उदानं मीरेस खूप समजावून सांगण्याचा प्रयत्न केला, पण तिची श्रद्धा आणि भक्ती दृढ राहिली, अढळ राहिली. मीरा उदाला म्हणाली, 'आता माझं ऐक.'

मीरा बात नहीं जन छानी समझो सुधर सयानी ।

साधू मातपिता हैं मेरे स्वजन, स्नेही, ज्ञानी ।।

संत चरण की शरण रैन दिन,

मीरा कहे प्रभु गिरीधर नागर संतन हाथ बिकानी ।।

याचा अर्थ असा, मीरेची गोष्ट आता जगापासून लपून राहिली नाही. साधू हेच माझे माता-पिता आहेत, माझे स्वजन आहेत, माझे स्नेही आहेत आणि ज्ञानी आहेत. मी तर संतांच्या हाती विकली गेली आहे. आता मी केवळ त्यांच्याच चरणाशी आहे, मी त्यांना शरण गेले आहे.

मीरेला बदनाम करण्यात आलं. तिच्याविरुद्ध अनेक कट-कारस्थानं रचण्यात आली; परंतु तरीही ती अढळ राहिली. जगात उत्तरोत्तर मीरेचं यश वाढतच गेलं. आजसुद्धा लोक मोठ्या भक्तिभावानं, आदरानं मीरेचं स्मरण करतात; तिची भजनं गाऊन अथवा ऐकून स्वतःचं हृदय पवित्र करतात.

आज केवळ भक्ती हा शब्द उच्चारताच किंवा कानावर पडताच लोकांना मीरेची आठवण होते.

मीरेनं संत रोहिदासांना आपला गुरू मानलं. त्यांची भेट झाल्यानंतर, त्यांच्या प्रभावानं मीरा स्वतःला हरवून बसली आणि भगवान श्रीकृष्णाच्या प्रेमात मग्न होऊन ती वृंदावनाच्या लतांनी आच्छादलेल्या बागेमधून 'श्याम-श्याम'चा धावा करीत, त्याच्याच नावाचं स्मरण करीत, त्याची उपासना करू लागली.

मीरेनं आपल्या पदातून गुरुमहतीचं वर्णन केलं आहे. ती म्हणते, 'गुरूंनी जणू काही माझ्या अंतरंगातील दर्पण झगमगीत करून प्रकाशित केला. आजवर आरसा बाहेरच्या बाजूला होता, आता तो फिरवून आतल्या बाजूला केला. त्यामुळे आरशात स्वत:चं दर्शन होऊ लागलं. गुरूंचं हेच तर खरं काम आहे, हीच खरी भूमिका आहे. आरसा फिरवणं व स्वदर्शन घडविणं.'

मीरेनं आपल्या पदातून असं म्हटलं आहे, की 'गुरूंनी मला असा बाण मारलेला आहे, ज्याच्या अग्रभागाला विरहाचा लेप लावलेला होता. त्याच विरहात मीरा योगिनी बनून भटकत आहे.' ही सर्व पदं भक्तीत, भक्ताची काय अवस्था होते, एवढ्यासाठीच सांगितली गेलीत. एखादा भक्त भक्तीमध्ये नकारात्मक विचार करीत असेल, तर त्याला हे कळायला हवं, की विरहातसुद्धा आनंद असतो. ज्याला वियोगाच्या मार्गाने जावं लागतं, तोच माणूस सत्य सांगू शकतो. बाहेरून त्रयस्थपणे पाहणाऱ्याला मात्र विरह म्हणजे दुःख वाटेल. परंतु, मीरेच्या विराण्यासुद्धा तिच्या आनंदाचं दर्शन घडवतात. आनंदाच्या भरातसुद्धा दुःखाची भजनं व्यक्त होऊ शकतात. धर्मन्यायालयात शिक्षा मिळाल्यानंतरही मीरेची आंतरिक अवस्था सदैव आनंदीच होती.

छुम छुम छुम छुम नूपुर पायी
नाचे मीरा... मीरा नाचे...
गावामध्ये चर्चा चाले
मीरेला तर वेड लागले
चाळ बांधुनी नाचत असते
हरिभक्तीचे ढोंगच नुसते
सासू दूषण देऊ लागली
बसता उठता बोलू लागली
मीरेचे हे लक्षण बघुनी
बोले तिजला कुल-कलंकिनी
राजघराण्यातील राणाला
तिरस्कार मीरेचा आला
संपविण्या कायमची तिजला
दिला विषाने भरून प्याला
हाती घेऊन जहरी प्याला
हसत हसत तिने प्राशिला
स्वत: जाहली गिरीधर दासी
रक्षण करितो हरि अविनाशी
छुम छुम छुम छुम नूपुर पायी
नाचे मीरा... मीरा नाचे...

१४

धर्मन्यायालयात मीरा
परिवाराचा, समाजाचा सर्वथा त्याग

मीरेला राजपरिवाराचा धर्म भ्रष्ट करण्याच्या आरोपावरून कारावासात टाकण्याची आज्ञा दिली गेली. मीरेनं धर्म-कायद्यांच्या अनेक नियमांचं उल्लंघन केलं आहे, असा आरोप तिच्यावर ठेवला गेला. मीरेनं आपल्या पतीचा धर्म स्वीकारण्यास नकार दिला, तिनं परपुरुषांच्या समोर नृत्य केलं, ज्यांचे नातेसंबंध ना तिच्या माहेरच्या लोकांशी होते ना सासरच्या. मीरानं खालच्या जातीच्या, शूद्र जातीच्या लोकांशी संबंध वाढवून राजपरिवाराच्या मर्यादा भ्रष्ट केल्या. असे आरोप ठेवल्यानंतर मीरेला धर्मसभेमध्ये बोलावलं गेलं.

मीरेला तिच्या अपराधांचं समर्थन करण्यासाठी राजपुरोहितानं विचारलं, 'तू आपल्या पतीचा धर्म स्वीकारण्यास नकार दिलास का?' तेव्हा उत्तरादाखल मीरा म्हणाली, 'माझा एकच धर्म आहे आणि तो म्हणजे सत्य-माझा कृष्ण, तोच माझा पती आहे. बाकी हा सर्व भवसागर, हा संसार मिथ्या आहे.'

मीरेला पुढं विचारलं, 'तू ज्याला पती मानतेस, त्याच्याकडून तुला संतती होऊ शकते का?' यावर मीरा म्हणाली, 'मी तर केवळ एक आत्मा आहे, शरीर नाही. मी भावना आहे, एखाद्या समाजाचा विचार नाही. मी प्रेमी आहे, प्रेमिका आहे. केवळ प्रेम नावाची एक योगिनी आहे. कुठल्याही संबंधांची शृंखला नाही, कोणा परिवाराशी जोडलेली साखळी नाही.'

धर्मसभेमध्ये मीरेला आणखीही काही प्रश्न विचारले गेले. 'जगण्यासाठी जो आहार लागतो किंवा परिधान करण्यासाठी जी वस्त्रे तू आपल्या परिवाराकडून घेतेस, त्यांच्याबाबतीत तुझं काहीच कर्तव्य नाही का?' तेव्हा मीरेनं राजपुरोहितांना ठणकावून

सांगितलं, 'वस्त्र शरीरासाठी असतं, शरीर वस्त्रासाठी नाही. पोषाख जसा शरीरापेक्षा महत्त्वाचा नसतो, तसंच शरीर आत्म्यापेक्षा महत्त्वाचं नाही.' मीरेचं अशा प्रकारचं सडेतोड उत्तर ऐकून सर्व राजदरबारात उपस्थित असलेले लोक अचंबित झाले.

मीरेला नंतर हेही विचारलं गेलं, 'ज्या परिवारात तू राहतेस किंवा ज्या समाजात तू वावरतेस, त्यांच्या नियमांचं, नीतिमूल्यांचं तुझ्या दृष्टीनं काहीच महत्त्व नाही का?' तेव्हा मीरा म्हणाली, 'मी आज, याच क्षणी माझा परिवार आणि समाज या दोन्हींचा सर्वथा त्याग करीत आहे.' तिचं हे टोकाचं उत्तर ऐकून सर्व राजदरबाऱ्यांसह समस्त प्रजेला जबरदस्त धक्का बसला.

मीरेला मृत्युदंडाचं भय दाखविण्याचा प्रयत्न केला गेला. तरीही मीरेनं त्या धर्माच्या ठेकेदारांना ठणकावून सांगितलं, 'मी माझं कर्म करीत आहे. आपण आपल्या धर्माचं पाहा. मला मृत्यूचं मुळीच भय नाही. ज्या शरीरामुळं मी सीमित झाले आहे, त्याचाच जर मृत्यू झाला, तर मी असीम, अमर्याद होईन. अनंतात विलीन होईन. आपण परिणामांच्या इच्छेशी बांधील आहात आणि मी इच्छेचा परिणाम जाणते.'

मीरेनं भर दरबारात, न्यायालयात समाजाचा सर्वथा त्याग कशासाठी केला, हे राम आणि सीतेच्या उदाहरणावरून जाणून घेता येईल. रामायणात रामाच्या संदर्भात सीतेचा विश्वास कधीच डळमळला नाही. जे खरे भक्त असतात, त्यांचा विश्वास कधीच डगमगत नाही. त्यांची भक्ती बेशर्त तर असतेच, शिवाय निःसंशयही असते. त्यात कोणत्याही अटी नसतात. समोरच्यानं जर माझ्या मागण्या पूर्ण केल्या, तरच मी भक्ती करेन, असं नसतं. त्यांच्या भक्तीत कोणत्याही प्रकारचा संशय नसतो.

रामायणात युद्धानंतर सीतेला पुन्हा एकदा वनात पाठवलं गेलं. त्याचं कारण लोकांना आजवर उमगलं नाही. सीतेची मुलं लव आणि कुश यांचा जन्मसुद्धा वनातच झाला होता.

संयोग आणि वियोग या तेजप्रेमाच्या दोन बाजू आहेत, दोन पैलू आहेत. जेव्हा कृष्ण कंसाचा वध करण्यासाठी गेला, तेव्हा काही वर्षांपर्यंत गोकुळातील सर्व गोपिका कृष्णाचा सहवास नसतानादेखील जीवन कंठीत होत्या. परंतु, त्यांना ती विरहाची पोकळी खूप काही शिकवून गेली. तसंच सीतादेखील रामापासून दूर राहून पूर्ण ग्रहणशील व प्रेममय राहिली. सीता जेव्हा रावणाच्या कैदेत होती, तेव्हासुद्धा कोणत्याही सुखसुविधा नसताना स्थिर राहिली, अचल राहिली. रामानं हनुमानाकरवी सीतेला अंगठी पाठविली

होती. किमान रामभक्त हनुमान सीतेकडं गेला होता, पण मीरेजवळ तर तेसुद्धा नव्हतं. तरीही मीरेचा कृष्णाशी ताळमेळ होता. ती पूर्णपणे ग्रहणशील होती.

ज्या समाजानं मीरेला कैदेत टाकलं त्या समाजाविषयीही, मीरेच्या मनात निःस्वार्थी प्रेम होतं. ती आपल्या लक्ष्याबाबत पूर्णपणे समर्पित होती.

दुसऱ्या दिवशी मीरेला पुन्हा धर्मन्यायालयात बोलावलं गेलं. न्यायालयात सर्व जण उपस्थित होते. राजपुरोहितानं मीरेला विचारलं, 'तुला कशाकशाची चिंता वाटते?' उत्तरादाखल मीरा म्हणाली, 'मला माझ्या प्रेमाची, परिवाराची आणि आपलीदेखील चिंता आहे. या संसाराचा ऱ्हास होईल, पण माझ्या प्रीतीला ग्रहण लागणार नाही, माझं प्रेम कमी होणार नाही.' राजपुरोहितानं सतर्कतेचा इशारा देत सांगितलं, 'तुला कडक शिक्षा दिली जाईल.' मीरा म्हणाली, 'माझी शिक्षा काय असेल, हे आपणही जाणता व मीसुद्धा जाणते. देऊन-देऊन आपण मला काय शिक्षा द्याल, हे मला ठाऊक आहे. मी माझ्या हत्येच्या पापातून आपणास मुक्त करते. ते पाप तुमच्या माथी लागू नये, असं मला वाटतं.' राजपुरोहितानं मीरेला काय दंड द्यायचा हे अजून ठरवलं नव्हतं. त्या आधीच मीरेनं आपली शिक्षा जाहीर करून संपूर्ण राज्यालाच आश्चर्याचा धक्का दिला. मीरा चालत-चालत सरळ कारावासाकडे निघून गेली. अवघी प्रजा मात्र धर्मन्यायालयात पुतळ्यासारखी निश्चल बसून राहिली.

अखेर मीरेला तुरुंगात डांबलं गेलं. कारावासातसुद्धा मीरा आपल्या भक्तीत मग्न राहून कविता, भजनं लिहीत राहिली.

१५

प्रत्येक अत्याचार वरदान ठरले

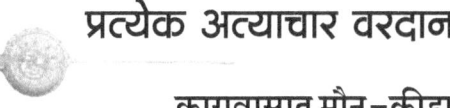

कारावासात मौन-क्रीडा

कारावासातील एकांतवासानं मीरेला ज्ञान प्राप्त होत गेलं. भक्ती तर पहिल्यापासून होतीच. त्यामुळे परिणामी तिच्यात बुद्ध आणि राधेचा संगम झाला, यालाच ज्ञान आणि भक्तीचा संगम झाला, असं म्हणता येईल. मीरेवर जितके अत्याचार होत गेले, तेवढी ती मुशीतील सोन्यासारखी अधिकाधिक तेजस्विनी बनून जगासमोर आली.

मीरेला शिक्षा म्हणून तुरुंगात डांबलं होतं. परंतु मीरेनं तो दंड, शिक्षा न समजता वरदान मानला. तिच्या दृष्टीनं तिला तिच्या गिरीधराचा सहवास लाभला. कृष्णाबरोबर एकांतातलं सुख मिळालं. अशा या शिक्षेनं ती संतुष्ट होती, समाधानी होती. जणू तिला कृष्णाशी एकांतात भेटण्याचं सौभाग्यच प्राप्त झालं. आता तर ती अहर्निश कृष्णभजनात मग्न राहू लागली. कारावास असो की राजमहाल, तिच्या दृष्टीनं दोन्ही सारखंच होतं. तिचा या दोन्ही गोष्टींशी काहीच संबंध नव्हता.

जगाच्या दृष्टीनं मीरेला दिलेली शिक्षा ही अग्निपरीक्षेहून कमी नव्हती. लोकांना वाटलं, मीरेशी दुर्वर्तन होत आहे, कठोर अत्याचार होत आहे. वरकरणी हे जरी त्यांच्या दृष्टीने खरं असलं, तरी मीरेसाठी मात्र ती शिक्षा परममुक्तीचं साधन बनली. कारण त्यांच्या या अत्याचारानं, दुर्वर्तनानं तिच्या भक्तीत, प्रेमात, साधनेत कोणतीही बाधा आली नाही. भक्त अभिशापाला वरदान व अग्नीलादेखील शीतल जल बनवू शकतो, कैदेला क्रीडा बनवू शकतो.

आपलं लक्ष कुठं आहे, यासाठी अग्निपरीक्षा हा केवळ संकेत आहे. अग्निपरीक्षेच्या वेळीसुद्धा सीतेचं लक्ष विचलित झालं नाही. तिच्या मनात रामाविषयी निःस्वार्थ प्रेम होतं. ज्यांना खऱ्या प्रेमाची ओळख नसते, असे लोक अशा घटना पाहून म्हणतात, 'अरेरे, हे फारच वाईट झालं.' खरंतर यातून बोध घेण्याची आवश्यकता आहे.

रामायणातील या कथेत सीतेला जी अग्निपरीक्षा द्यावी लागली, ती अंतःकरणात घडणारी अवस्था आहे. जेव्हा आपण तिरस्कार करतो, तेव्हा जळफळाट हाच अग्नी असतो. आपली ईश्वरावर श्रद्धा, भक्ती असेल, तर आपले लक्ष अग्नीवर केंद्रित होणार नाही. याउलट आपला अग्निपरीक्षेविषयी दृष्टिकोन सकारात्मक असेल. कारण या अग्नीमध्ये आपल्या मनातील सर्व विकार जळून खाक होतात. म्हणून ज्यांची सत्त्वपरीक्षा असते ते कधी दुःखी, कष्टी होत नाहीत. त्यांचं ईश्वराविषयीचं प्रेम आणि विश्वास डळमळत नाही, उलट वाढतच जातो.

काळ, आग आणि त्याग या तीनही गोष्टींवरून माणसाला ईश्वराविषयी भक्तिभाव, तेजप्रेम आहे का अतेज प्रेम आहे, हे लक्षात येतं. कालानुरूप जे कमी होतं ते अतेज प्रेम असतं व काळाबरोबर जे वाढतं, आणखी तेजस्वी बनतं, प्रखर बनतं तेच तेजप्रेम होय!

सीतेचा विश्वास जसा अग्निपरीक्षेत डगमगला नाही, तद्वत मीरेचा विश्वास कारावासात राहूनसुद्धा डगमगला नाही. मीरा व सीता दोघीही तेजप्रेमी होत्या. त्यांचं ईश्वराविषयीचं प्रेम आणि विश्वास बिनशर्त होता. अग्निपरीक्षेतदेखील त्यांचा विश्वास व प्रेम भंगलं नाही, खचलं नाही. इतकंच काय, पण त्यांची निष्ठाही कमी झाली नाही. अग्निपरीक्षेमुळं त्यांचं प्रेम आणि विश्वास अधिक तेजस्वी झाला. तो मुशीतील सोन्याप्रमाणे तावूनसुलाखून बावनकशी सोनं बनला.

कारावासातील त्रासाला कंटाळून मीरा बदलेल, असं लोकांना वाटलं. परंतु घडलं ते अगदी विपरीत. ती अधिक तेजस्विनी होऊन, सबळ बनून बाहेर आली. कारण कारावासात तिला मिळालं ते केवळ मौन.

मीरेवर जेवढे अत्याचार केले गेले, ते सर्व तिच्यासाठी वरदान ठरले. म्हणूनच असं म्हटलं गेलं आहे, **'जग तसं नाही जसं दिसतं, जग तसं आहे जसे आपण आहोत.'**

१६

भूतांना मोक्ष प्रदान करणारी मीरा

मीरा वर्तमान आहे

मीरेच्या जीवनप्रवासातील अनेक चमत्कारिक घटना सांगितल्या जातात. त्यातील एक प्रसंग असा; एकदा मीरेला भूताचं वास्तव्य असलेल्या वाड्यात ठेवलं गेलं होतं. परंतु, तेथे असणाऱ्या भूतांनी मीरेला कोणताही उपद्रव दिला नाही. उलट तेच घाबरून शांत झाले. अखेर त्या सर्व भूतांना मोक्षप्राप्ती झाली.

ही आणि अशाच काही चमत्कारिक घटना, कथा, दंतकथा, मीरेच्या जीवनात घडल्याचं सांगितलं जातं. त्या कथा असोत, दंतकथा असोत किंवा चमत्कारिक घटनांची मालिका असो, या सर्व चमत्कारांचा वास्तव अर्थ जाणून घ्यायला हवा. या घटना खरोखरच घडल्या होत्या, असं मानायचं कारण नाही. सर्व घटना गुणनिर्देश करणाऱ्या आहेत. जेव्हा एखाद्या व्यक्तीमध्ये अनेक वा असंख्य गुण असतात, तेव्हा ते गुण अशा घटनांद्वारे वा कथांद्वारे सांगितले जातात. गुण निराकार आहे आणि घटना दृश्य आहे, म्हणून लोक घटनांचा आधार घेऊनच ते गुण समजू शकतात. मीरेच्या तोंडून ऐकलेली पदं, विचार, कविता, भजन काय प्रभाव टाकू शकतात, हे सांगण्यासाठीच या सर्व घटना निमित्तमात्र आहेत.

जे लोक मेल्यानंतरही आपण मेलो नाही, अशा संभ्रमात असतात, अशा लोकांना भूतप्रेत म्हटलं जातं. त्यांचं शरीर मृत झालंय, पण त्यांना वाटतं, ते अजून जिवंतच आहेत. अशा लोकांना ही चुकीची भावना होत असते. याचा साधा, सोपा आणि सरळ अर्थ एवढाच, की असे लोक तथाकथित मृत्यूनंतरही गोंधळलेल्या अवस्थेत असतात. हे लोकच भूत-पिशाच्च बनतात. त्यांना पुढील प्रवास करण्याची इच्छाच नसते.

काही लोकांच्या बाबतीत मृत्यूनंतर असं घडतं. परंतु जेव्हा त्यांना पुढील महायात्रेची

चाहूल लागते, तेव्हा त्यांच्यात ती शुभ इच्छा जागृत होते आणि त्वरित ते मुक्त होतात. त्या वेळी त्यांच्या लक्षात येतं, की आपण केवळ मान्यता व धारणांमुळे इथं अडकून पडलो होतो. हे समजून घेण्यासाठी एक छानसं उदाहरण पाहू या.

एक विद्यार्थी इयत्ता दहावी पास झालेला आहे व तरी तो त्याच वर्गात बसण्यासाठी जातो. त्याला सांगितलं जातं, 'अरे, तू पास झाला आहेस, तेव्हा या वर्गात न बसता पुढच्या वर्गात जाऊन बैस.' एवढं सांगूनसुद्धा जर तो विद्यार्थी पुन्हा पूर्वीच्याच वर्गात बसण्याचा अट्टहास करीत असेल, तर तो गोंधळलेल्या अवस्थेत आहे, असाच याचा अर्थ होतो. परंतु हे काही त्याच्या डोक्यात शिरत नाही. तो म्हणतो, 'नाही, मी इथंच बसणार.' मग इतर मुलं त्याच्याकडे लक्ष देत नाहीत. तेव्हा ही सर्व मुलं दुष्ट आहेत म्हणून ते माझी दखल घेत नाहीत, असं त्याला वाटतं. तो दहावी पास झालाय ही गोष्ट मानायलाच तयार नसतो. आपल्या चष्म्यानं, आपल्या दृष्टिकोनातून जगाकडे बघत असल्यामुळे त्याच्या दृष्टीनं, त्या वर्गातील सर्वच मुले त्याच्याकडे दुर्लक्ष करतात, त्याच्याशी बोलत नाहीत, सर्व वाईट आहेत, असंच त्याचं मत बनतं. परंतु त्याची ही दयनीय अवस्था इतरांना मात्र कळत नाही. तो गोंधळलेल्या अवस्थेत असल्यामुळे वास्तवाचं त्याला आकलन होत नाही.

काही धर्मांमध्ये वेगवेगळ्या समजुती आहेत. 'मृत्यूनंतर तू कबरमध्येच राहशील... सृष्टीच्या शेवटच्या दिवशी अमुक-तमुक होणार आहे... अशा प्रकारे तुमचा न्यायनिवाडा करण्यात येईल... मृत्यूनंतर दुसरे जीवन नाही...' या मान्यतांमुळे माणूस तथाकथित नकली मृत्यूनंतर गोंधळात पडतो. अशा लोकांना जेव्हा सत्य ज्ञात होतं, तेव्हा त्यांच्यात शुभ इच्छा जागृत होते. ते प्रकाशाच्या दिशेनं यात्रेला निघतात व त्वरित मुक्त होतात.

मीरेच्या सान्निध्यात आल्यानं भूतांच्या आत ही शुभेच्छा जागृत झाली, 'आपण पुढे जाऊ, प्रकाशाकडे जाऊ' आणि त्यामुळंच त्यांना मोक्ष मिळाला. तात्पर्य एवढंच, की त्यांची गोंधळलेल्या अवस्थेतून सुटका झाली, त्यांना मुक्ती मिळाली. सत्संगाचं खरंतर हेच महत्त्व आहे. जो माणूस सत्संगात जातो, तो कधीही भूतपिशाच्च बनत नाही. कारण तेथे त्याला आधीच या गोष्टींची कल्पना आलेली असते. त्यामुळे तो कसल्याही गोंधळात न अडकता सरळ प्रकाशाच्या दिशेनं मार्गस्थ होतो. मीरेच्या सहवासात, सत्संगात अशा लोकांना मुक्ती मिळाली. मीरेच्या संपर्कात जो कोणी आला मग तो सैतानी स्वभावाचा असो, की गोंधळलेल्या अवस्थेतला तोसुद्धा बदलला, त्याच्यातही बदल

घडून आला. ज्याप्रमाणे उदाबाई बदलली, प्रल्हादची आत्या होलिका जळण्यापूर्वी बदलली, अशी बरीचशी उदाहरणं देता येतील.

होलिका भक्त प्रल्हादाला आगीत जाळण्यासाठी त्याला मांडीवर घेऊन बसली होती. तिनं वरदान म्हणून मिळालेली शाल अंगाभोवती पांघरली होती. परंतु भक्त प्रल्हादामधील स्वानुभवाच्या संपर्कात आल्यामुळे तिचं मन परिवर्तित झालं. तिचे विचार बदलले व ऐनवेळी स्वतःची शाल तिनं भक्त प्रल्हादाच्या अंगाभोवती लपेटली आणि स्वतः जळून मेली. या सर्व घटना याच गोष्टीच्या द्योतक आहेत. मीरेच्या संपर्कात आल्यानंतर लोकांमध्ये भाव-भावनांच्या प्रभावामुळे परिवर्तन झालं.

मीरेच्या बाबतीत मग तो कारावास असो, शय्या असो की अमृत म्हणून दिलेलं विष असो, साप असो की तलवार असो, ती कशालासुद्धा भ्यायली नाही. ती पुढंच जात राहिली. तिच्या संपर्कात येणारी जी भूतं होती, ती वर्तमान बनली. बुद्ध आजसुद्धा वर्तमान आहे, महावीर आजही वर्तमान आहे, मीरादेखील आज वर्तमान आहे. आजही ते लोकांच्या हृदयासनावर विराजमान आहेत. अमर आहेत. हे आपण पाहतच आहोत. आजदेखील या सर्व संतांचं, भक्ताचं वर्तमान म्हणूनच स्मरण केलं जातं. आपण त्यांना भूतकाळ किंवा गतकाळ समजत नाही. यातच त्यांचं खरं मोठेपण आहे, महानता आहे.

१७

मीरेच्या उपस्थितीचा लाभ
कृष्णाच्या उपस्थितीचं रहस्य

सासरीसुद्धा मीरा कृष्णभक्तीत मग्न असे. ती नियमितपणे सत्संगाचं आयोजन करीत राहिली. पण, तिच्या या गोष्टी जेव्हा रोखल्या जाऊ लागल्या, तेव्हा ती माहेरी निघून आली. त्याच वेळी वीरमदेव युद्ध अभियानात गुंतले होते. त्यांना आपलं राज्य सांभाळण्याची चिंता सतावत होती. कारण युद्ध हरण्याची सर्व लक्षणं दिसू लागली होती. त्यांचं संपूर्ण लक्ष युद्धावर केंद्रित होतं. माहेरी काही दिवस राहिल्यानंतर तिच्या हे लक्षात आलं, की इथंसुद्धा परिस्थिती भक्तीसाठी, सत्संगासाठी पोषक नसल्यामुळं फारसं काही होत नाही. तेव्हा मीरा चक्क एकतारी घेऊन सरळ वृंदावनाला निघून गेली.

मीरा मेवाडची राजधानी चितोड सोडून निघून जाताच मेवाडची पार दुर्दशा झाली. चितोडवर एकाच वेळी अनेक आक्रमणं झाली. त्यामुळे विक्रमादित्याला प्राण वाचवण्यासाठी पलायन करावं लागलं. त्याचं राज्य खिळखिळं झालं. तेव्हा कुठं लोकांना समजून चुकलं, की मीरेची उपस्थिती किती महत्त्वपूर्ण होती. दुर्दैवानं काही लोकांच्या हे समजण्यापलीकडचं होतं. केवळ मीरेच्या उपस्थितीमुळंच आजवर मेवाडमध्ये सुखसमृद्धी नांदत होती, पण तेवढी जाणच त्यांच्यात नव्हती.

एखाद्याच्या उपस्थितीचा नेमका किती फायदा होतो, काय लाभ होतो, हे माणसाला दिसून येत नाही. जोपर्यंत मीरा मेवाडमध्ये होती, तोपर्यंत तेथील प्रजा मजेत जीवन जगत होती, आनंदात राहत होती. मीरा तेथून निघून गेल्यानंतरच प्रजेला हे कोडं उलगडलं, की मीरेचं अस्तित्व किती महत्त्वाचं होतं. *'गवसल्यानंतरच कळतं, गवसलं नसतं तर काय हरवलं असतं; तसंच हरवल्यानंतरच कळतं, जे गवसलं ते किती महत्त्वपूर्ण होतं.'*

महाभारतात कृष्णाची उपस्थिती

महाभारतातील युद्धात अर्जुनाचं सारथ्य कृष्णाकडं होतं. जेव्हा कर्णाचे बाण अर्जुनाच्या रथावर येऊन आदळत, तेव्हा अर्जुनाचा रथ दोन पावलं मागं सरकायचा. मात्र, अर्जुनाचे बाण कर्णाच्या रथाला लागताच तो तसूभरही हलत नव्हता. तेव्हा अर्जुनाच्या मनात विचार आला, 'माझ्या रथात तर कृष्ण आहे आणि तरी माझा रथ मागं कसा ढकलला जातोय.' आपल्या मनातील या शंकेचे निरसन करण्यासाठी त्यानं कृष्णाला विचारलं, 'साक्षात आपण रथात असताना हा रथ मागं कसा सरकतो?' तेव्हा कृष्णाने सांगितलं, 'तुझ्या या प्रश्नाचं उत्तर मी संध्याकाळी देईन.' सूर्यास्त होताच जेव्हा युद्ध बंद झालं, तेव्हा कृष्णानं अर्जुनाला सांगितलं, 'प्रथम तू रथातून खाली उतर.' अर्जुन रथातून खाली उतरताच पाठोपाठ कृष्णही खाली उतरला आणि त्याच क्षणी रथ तुटून पडला. त्याचे तुकडे-तुकडे झाले. हे दृश्य पाहून अर्जुनाला आश्चर्याचा धक्काच बसला. केवळ कृष्ण रथात असल्यामुळंच रथ टिकाव धरू शकला. अन्यथा, तो कधीच कोलमडून पडला असता, ही गोष्ट त्वरित त्याच्या लक्षात आली. एखाद्याची उपस्थिती नेमकं काय काम करते, हे तो गेल्यानंतरच कळतं. कृष्ण रथातून खाली उतरताच अर्जुनाला कळून चुकलं, कृष्णाची उपस्थिती काय काम करीत होती!

कित्येकदा आपण बघतो, आपल्या घरातील काही सदस्य कुठल्याही कामाचे नसतात. त्यांच्याकडून काहीही काम होत नसतं. बऱ्याचदा ते अडगळही वाटतात. परंतु त्यांची उपस्थिती काही ना काही तरी काम करत असते, ही शक्यता अजिबात दुर्लक्षित केली जाऊ शकत नाही. ते कोणत्या हेतूनं वा भावनेनं घरात वावरतात, हे सर्वाधिक महत्त्वाचं आहे. एखादा माणूस आपल्यासोबत सकारात्मक विचारानं किंवा सदैव भक्तिभावात मग्न राहत असेल, तर त्याचा लाभ आपल्याला निश्चितच होत असतो. फक्त आपल्याला ते दिसून येत नाही एवढंच. त्याच्यामुळं कोणते लाभ होत आहेत, हे न समजल्यानं त्या माणसाचा तिरस्कार केला जातो, पदोपदी त्याची उपेक्षा करण्यातच धन्यता मानली जाते.

मीरेचा तिरस्कार केला गेला; कारण तिची उपस्थिती नेमकं काय करतेय, हेच कोणी समजून घेतले नाही. ज्या व्यक्तीच्या मनात सकारात्मक भाव असतो, त्याचा लाभ फक्त तिलाच न होता त्या गोष्टीचा प्रभाव तिच्या आजूबाजूच्या परिसरावरही पडतो. मीरा निघून गेल्यानंतरच मेवाडच्या रयतेला मीरेच्या उपस्थितीचं महत्त्व समजलं.

तेव्हा मीरेच्या जीवनापासून आपण भक्तीची शिकवण घेऊन जीवनात सकारात्मक विचार करायला शिकायला हवं.

सत्संगात आपली उपस्थिती कशी असावी

आपण एखाद्या ठिकाणी उपस्थित असतो ते कोणत्या भावनेनं? मात्र, प्रवचनात अशा भावनेनं उपस्थित असावं, की 'आज मला काही शिकायचं आहे, मला भक्ती जाणून घ्यायची आहे. त्यात मला आकंठ बुडायचं आहे. जे ज्ञान इथं दिलं जातंय, ते मला उपयुक्त ठरावं. केवळ ज्ञानाच्या शब्दांना घट्ट चिकटून बसता कामा नये.' काही लोक सत्संग ऐकते वेळी त्यांचं विश्लेषण करत राहतात. 'छान! छान! प्रवचनात हे सांगितलं तर... सुरुवात अशी केली तर... हे उदाहरण सांगितलं काय... परंतु हेच उदाहरण जर अशा प्रकारे सांगितलं असतं, तर अधिक प्रभावी ठरलं असतं... हे उदाहरण अशा पद्धतीने सांगितल्यानं अधिक चांगलं वाटलं... याचं सादरीकरण आवडलं...' याचाच अर्थ संपूर्ण वेळ त्यांचं केवळ विश्लेषणच चाललेलं असतं. प्रवचनात काय सांगितलं जात आहे, याकडे त्यांचं लक्षच नसतं. उलट ते कसं सांगितलं जातंय, यावरच त्यांचं लक्ष केंद्रित झालेलं असतं. अशा लोकांना प्रवचनाचा लाभ कसा होणार? लाभ होण्यासाठी योग्य उपस्थिती असायला हवी ना? हे उदाहरण अशा प्रकारे का सांगितलं गेलं, त्याऐवजी या उदाहरणाद्वारे काय संकेत दिला जातोय, कोणती शिकवण दिली जातेय आणि ती माझ्या जीवनात कशी अवतरू शकेल, ही जाणीव ठेवून प्रवचनासाठी उपस्थित राहायला हवं. आपल्या जीवनात जे लोक उपस्थित आहेत, त्यांचं महत्त्व आपल्याकरिता कधीही कमी होता कामा नये.

मीरेच्या सामर्थ्यशाली कथेपासून बोध घेऊन प्रत्येक व्यक्ती आपल्या उपस्थितीची स्थिती सुधारू शकते. मीरेच्या मौल्यवान शिकवणीतून प्रत्येक माणूस स्त्री बनून (ग्रहणशील) ईश्वरप्राप्ती करू शकतो.

१८

पुरुष केवळ एकच

ज्ञानी मीरा

त्या काळी प्रसिद्ध असलेले जीव गोस्वामी वृंदावनात राहत होते. ते चैतन्य महाप्रभू यांच्या शिष्याचे पुतणे होते. मीरा त्यांना भेटण्यासाठी त्यांच्या मठात गेली. परंतु तिथल्या लोकांनी मीरेला भेटीची परवानगी नाकारली. जीव गोस्वामी स्त्रियांना भेटत नाहीत, असं तिला सांगण्यात आलं. जीव गोस्वामींनी भेटण्याचं नाकारताच तिनं निरोप पाठवला, 'पूर्ण ब्रह्मांडात केवळ एकच पुरुष आहे. तुम्ही कोणाला स्त्री समजता आणि कोणाला पुरुष मानता? स्त्री-पुरुषाची तुमची व्याख्या काय? या संपूर्ण ब्रह्मांडात कृष्णच एकमेव पुरुष असताना तुम्ही स्वतःला कशाच्या आधारे पुरुष म्हणवून घेता? हा दुसरा पुरुष आला कोठून आणि तोसुद्धा वृंदावनात?' मीरेला म्हणायचं होतं, 'वृंदावनात कृष्ण असताना हा दुसरा पुरुष आलाच कसा?'

मीरा म्हणते, 'जोपर्यंत जीव ईश्वरापासून वेगळा आहे, अलिप्त आहे तोपर्यंत तो स्त्री आहे.' मीरेच्या तोंडून असे अपरिचित आणि अनोखे शब्द बाहेर पडले, 'ब्रह्मांडात केवळ एकच पुरुष आहे. तुम्ही जर दुसरे पुरुष आहात, तर मग हे सांगा, की कृष्णाला हा दुसरा जोडीदार केव्हा मिळाला? तुम्ही दुसरे पुरुष असाल, तर मी कृष्णाशिवाय अन्य कोणत्याही पुरुषाला भेटू इच्छित नाही.'

हा निरोप जेव्हा जीव गोस्वामींना सांगितला गेला, तेव्हा त्यांची पक्की खात्री झाली, जी स्त्री त्यांना भेटू इच्छिते, ती नक्कीच आत्मसाक्षात्कारी असून, ज्ञानानं ओतप्रोत भरलेली आहे, ती कुणी सामान्य स्त्री नाही. जीव गोस्वामींना लगेच आपल्या अज्ञानाची प्रचिती आली व त्यांनी त्वरित मीरेला बोलावून घेतलं.

मीरेच्या जीवनात अशा काही अविस्मरणीय घटना आहेत. मीरा वेगवेगळ्या

ठिकाणी जात राहिली. लोक तिचा महिमा ऐकून तिच्या दर्शनासाठी येत, तिची भजनं ऐकत, त्यांना तिच्या स्वरातून व स्वभावातून भक्ती प्राप्त होत असे.

मीरेचा ज्ञानापेक्षा भक्तीवर अधिक भर होता. तिच्या अंतरंगात भक्ती इतकी ओतप्रोत भरली होती, की इतर पैलूंना व्यक्त व्हायला फारसा वावच मिळाला नाही. मीरेच्या मनाला विविध दिशा नव्हत्याच मुळी. एकच दिशा होती. त्यामुळे लोक काय म्हणतील, असा विचार तिच्या मनाला कधी शिवलाच नाही.

ज्या गोष्टींचा विचार आपल्या मनात येतो, त्याच गोष्टींची वृद्धी आपल्या जीवनात होऊ लागते, मग तो सकारात्मक असो की नकारात्मक! मीरेचं लक्ष भक्तीवर असल्यानं तिच्या जीवनात अनेक गोष्टींचं आगमन झालं. अनेक सकारात्मक गोष्टी घडल्या. परंतु, मीरा प्रसिद्धी आणि प्रतिष्ठेसाठी असं करत नव्हती, तर ती आपल्या भक्तीत मग्न होती आणि इतर सर्व गोष्टी आपोआप निर्माण होत होत्या.

अशा परिस्थितीत मीरा, लोकांसाठी निमित्त, ध्येय बनली होती. आता तिला राजमहालाचं कोणतंही बंधन राहिलं नव्हतं. ती सर्वथा मुक्त झाली होती. तिला सत्संगात जाण्यासाठी अडवणारं, संतांना भेटण्यासाठी रोखणारं असं कोणीही नव्हतं. मीरा म्हणायची,

'मीरा की प्रीत लागी संतो से, लोक लाज खोयी।'

'आता लोक काय म्हणतील' ही भीतीच राहिली नव्हती. ती पूर्णपणे मुक्त झाली होती. तिला जिथं जायचं, तिथं ती जाऊ शकत होती. ज्या संतांना भेटायचं त्यांना भेटू शकत होती. सर्व अडथळे दूर होऊन बाधामुक्त मार्ग तिच्यासाठी खुले झाले होते. भक्ती करता-करता तिच्यात कमालीचं साहस आलं. लाभांशात, बोनसमध्ये खूप काही मिळत होतं. जसं, एखादी आई कधी विचारही करू शकत नाही, की तिच्याकडून काही धाडसी काम होईल. परंतु तिच्या मुलावर जर एखादं संकट आलं किंवा त्याच्या प्राणावर बेतणारी एखादी घटना होत असेल, तर त्या वेळी मात्र ती कमालीची साहसी बनते. कारण तिला मुलाविषयी प्रेम असतं आणि ज्या गोष्टींमध्ये प्रेम असतं, भक्ती असते त्यात या गोष्टी स्वतःहून येतात.

मीरा तेथून द्वारकेला गेली आणि तिथंच रणछोड नावाच्या कृष्णमंदिरात राहू लागली. तिनं त्या मंदिरातच महानिवासी शिबिर केलं, म्हणजे तिथंच वास्तव्य करू लागली. तिथं तिला भेटण्यासाठी, तिच्या दर्शनासाठी अनेक लोक येत असत.

प्रचलित कथांतून मीरा राधाचा द्वेष, मत्सर करायची, असाही उल्लेख आढळतो. वास्तविक, हे केवळ लोकांचं अनुमान आहे. मीरा जर खरोखर असं म्हणाली असेल, 'माझ्यासमोर त्या राधेचं नावसुद्धा काढू नका' तर ते केवळ लोकांनी एकनिष्ठ होऊन त्यांच्यातील भक्ती जागृत करावी यासाठीच. हाच त्या वेळी मीरेचा एकमेव उद्देश होता. तिच्या म्हणण्याचा अर्थ असा होता, भक्तीवर त्यांचं लक्ष इतकं केंद्रित व्हावं, इतकं एकाग्र व्हावं, की त्यांना अन्य काहीसुद्धा दिसता कामा नये. कारण लोकांना फक्त एवढंच दिसतं, की मीरेला राधेपासून काही त्रास होता. वास्तविक, मीरेला राधेपासून कोणताही त्रास नव्हता. या सर्व गोष्टी आणि शब्द ज्ञानप्राप्ती होण्यापूर्वीचे आहेत. परंतु एकदा ज्ञानप्राप्ती झाल्यानंतर ही समज, हे विचार आपोआप बदलतात.

मीरा जेव्हा बाल्यावस्थेत होती तेव्हा तिला ज्ञान नव्हतं, त्या वेळी तिला जर कोणी म्हणालं असतं, 'मला तुझी देवाची मूर्ती दे' तर ती म्हणाली असती, 'देणार नाही' कारण तिथं फक्त भक्ती होती, समज नाही. तिच्या सुरुवातीच्या पदांतून अशा अर्थाच्या गोष्टी येऊ शकतात. कारण तिला अद्याप ज्ञानप्राप्ती झाली नव्हती, समज प्राप्त झाली नव्हती. त्यामुळेच कदाचित लोकांना, 'मीरा अशी कशी बोलू शकते, असं वाटलं असावं. माझ्यासमोर राधेचं नावसुद्धा काढू नका.' परंतु हा भक्तिमार्ग आहे, म्हणून ती असं लीलया बोलू शकते. तिच्यात द्वेष-मत्सरासारख्या भावना असूच शकत नाहीत.

कधी-कधी माणूस आनंदाच्या भरात भलतं-सलतं बोलून जातो. आनंदाच्या भरात वडील आपल्या मुलाला 'गाढव'सुद्धा म्हणू शकतो. परंतु, त्यांचं असं बोलणं शिवी नसून प्रेम असतं. याचा अर्थ रागाच्या भरात ते शिवी देत आहेत, असा होत नाही. 'राधेचं नाव घेऊ नका,' असं म्हणताना मीरेला आनंद होत असे, गंमत वाटत असे. जेव्हा मीरा असं म्हणते, 'मी राधेवर जळते' तेव्हा तिची आंतरिक अवस्था आनंदाची व प्रेमाची आहे. आनंदाच्या भरात लोक असे बोलू शकतात. त्यात कोणताही आंतरिक द्वेष वा मत्सर नसल्याने त्यातही आनंद उपभोगता येतो. आपल्याला शब्दशः अर्थ घ्यायचा नसून त्यामागची भावना बघायची असते.

जसं, बागेतल्या सूचनाफलकावर लिहिलेलं असतं, 'फुलांना हात लावू नका' आणि एखाद्या माणसानं फुलझाडाची कुंडीच उचलून न्यावी. तशातला हा प्रकार आणि त्यानं वर म्हणावं, 'मी फुलांना हात लावला नाही.' अशा प्रकारे लोक शब्दशः अर्थ घेतात. आपण जर हे पुस्तक वाचत असाल, तर मीरेच्या पदांचा शाब्दिक अर्थ घेऊ नका.

१९

मीरेचा स्वर आणि खरी ओळख

विरक्त मीरा

मीरेच्या जीवनकाळात अकबर बादशहा हिन्दुस्तानचे सुलतान बनले. अकबरने जेव्हा मीरेच्या बाबतीत ऐकलं, तेव्हा तिचं वय पस्तीस वर्षांहून अधिक होतं. अकबराच्या मनात मीरेला भेटण्याची उत्सुकता वाटली; कारण अकबर सर्वच धर्मांचा सन्मान करीत होता. तो स्वतः धर्माने मुसलमान होता, परंतु 'हिंदूंशी संबंध ठेवायचे नाही...' अशी त्याची मनोधारणा नव्हती. हिंदू-मुस्लिम ऐक्य व्हावं म्हणून त्यानं 'दीन-ए-इलाही' नावाचा एक नवा धर्मही स्थापन केला होता.

अकबराला जेव्हा तानसेनकडून समजलं, की 'मीरा फार भावपूर्ण भजनं गाते, तिचा स्वर फारच कर्णमधुर आहे. लांबून-लांबून लोक तिला भेटायला येत असतात.' हे सर्व ऐकल्यावर मात्र अकबरानं मीरेला भेटण्याची इच्छा व्यक्त केली. मग अकबर तानसेनसह वेषांतर करून मीरेला भेटायला मंदिरात गेला. तिथे मीरा भजन गात होती. मीरा ज्या भक्तिभावानं भजन गात होती, ते सर्वांच्या हृदयाला स्पर्श करणारं होतं.

अकबर स्वतःच फार दर्दी होता, संगीतप्रेमी होता. तानसेनलाही तो *'व्हॉइस ऑफ इंडिया'* समजत होता. त्याला वाटत होतं, तानसेनचा गळा सर्वाधिक गोड आहे. परंतु जेव्हा त्यानं मीरेचा सूर ऐकला, गायन ऐकलं, तेव्हा मात्र त्याचा भ्रमनिरास होऊन गैरसमज दूर झाला. मीरेचं भजन ऐकताना तानसेनसुद्धा भावुक होऊन मीरेबरोबर गाऊ लागला. तानसेनला तर आपण वेषांतर करून आलो आहोत, याचाही विसर पडला.

भजन-कीर्तन संपल्यानंतर मीरेनं तानसेनला विचारलं, 'तुम्ही आपला कंठ राजमहालात कैद का करून ठेवला आहे?' तानसेनला तर या प्रश्नाने धक्काच बसला, की मीरेनं त्याला कसं ओळखलं? असा प्रतिप्रश्न करताच मीरा म्हणाली. 'मी ओळखणारी

कोण, सर्वांना ओळखणारा कृष्ण आहे. कृष्णच प्रत्येकाच्या आत वसलेल्या कृष्णाला ओळखतो.' मीरेचं हे उत्तर ऐकून अकबरही चक्रावला. त्यालाही अतिशय आश्चर्य वाटलं. मीरेनं अकबराला कसं ओळखलं असावं, हे त्यालाही समजलं नाही. मीरेची ती भक्ती पाहून अकबर बादशहा एकदम खूश झाला. त्याने मीरेला उपहार दिला. मीरेनं तो मंदिरास अर्पण केला.

निर्ग्रंथ, निर्मल मीरा

एकदा एक व्यक्ती मीरेस येऊन म्हणाली, 'मला कृष्णानं दर्शन देऊन असंही सांगितलं, की मी तुझ्या आत वास करणार आहे. तू मीरेसोबत राहा, तिला सुख दे.' मीरा म्हणाली, 'छान! जशी कृष्णाची मर्जी.' ती व्यक्ती पुढं म्हणाली, 'तू सेज सजवून ठेव. मी संध्याकाळी येतो.' संध्याकाळी मीरेनं सर्व भक्तांना बोलावलं आणि मधोमध सेज सजवून ठेवली. ती व्यक्ती सांगितल्याप्रमाणे संध्यासमयी आली. तिनं पाहिलं, मीरेने भक्तांच्या मधोमध सेज सजवलेली आहे. हे सर्व पाहून ती व्यक्ती म्हणाली, 'सेज इथं का ठेवली आहे?' तेव्हा मीरेनं त्याला उत्तर दिलं, 'मला तर सर्वत्र कृष्णच दिसत आहेत आणि हे भक्तसुद्धा त्याचेच आहेत. तेव्हा लाज वाटावी, असं यात काय आहे? कृष्णानं मला कोणतं सुख देण्याचा आदेश दिला आहे, ते सुख मला द्या.' मीरा सर्वदेखत असं म्हणाली, तेव्हा ती व्यक्ती कमालीची अस्वस्थ झाली आणि तिने मीरेची क्षमा मागितली. मीरेला हे सर्व कळत होतं, ती सर्व काही जाणत होती. तरीही तिचं वागणं-बोलणं भक्तियुक्तच होतं. तिच्या या भक्तियुक्त प्रतिसादानं दुष्ट लोकसुद्धा बदलत असत.

या घटनेवरून मीरा विरक्त होती, निर्मळ होती, असं स्पष्ट दिसून येतं. विरक्त म्हणजे ज्यात वासनेचा लवलेशही नव्हता. मीरा विरक्त हरिणीसारखी आणि निर्मळ कमळासारखी होती. तिच्या अंतर्यामी कस्तुरी दडलेली होती आणि ती त्या कस्तुरीच्या सुगंधात मस्त होऊन, धुंद होऊन भटकत होती.

आता तिच्यात कसलीच महत्त्वाकांक्षा उरली नव्हती. तिचं जीवन हे व्यक्तिगत जीवन राहिलं नव्हतं. ही घटना याची द्योतक आहे. त्यामुळं ती सर्वांसोबत राहत होती. नृत्य करीत होती, आपल्या भजनात मग्न राहत होती, भक्तीच्या आनंदात आकंठ बुडत होती, स्वतःला विलीन करत होती.

स्त्री शरीररूपात मीरा

भक्त सूरदाससारख्या अनेक संतांनी गोपिकांचे भाव प्रकट करण्यासाठी गीतं गायली आहेत, भजनं गायली आहेत. गोपिकांचे भाव प्रकट करण्यासाठी स्वतःला ते गोपिकेच्या रूपात पाहत होते. परंतु मीरेसाठी ही बाब अगदी सहज होती, नैसर्गिक होती. कारण तिचं शरीर स्त्रीचं असल्यानं गोपिकांचे भाव प्रकट करणं तिला फारच सोपं होतं. मीरेची भक्ती कोणत्याच अटींवर आधारित नव्हती. योग झाला तरच भक्ती होईल, मीलन झालं, तरच भक्ती करेन, अशा कुठल्याही अटी तिच्या भक्तीत समाविष्ट नव्हत्या.

मीरेच्या केवळ जीवनामुळेच लोकांना प्रेरणा मिळते असं नाही, तर तिचा तथाकथित मृत्यूसुद्धा लोकांना दिव्यभक्तीकडे आकर्षित करतो.

२०

मीरा झाली 'ध्येय'मय!
मीरा मृत्युलीला

वेगवेगळ्या गोष्टींमधून मीरेच्या भाव-प्रभावाच्या संदर्भात वर्णनं वाचायला मिळतात. तिच्या जन्मापासूनचं जीवन काही काळ फारच वैभवशाली होतं. परंतु एवढं ऐश्वर्य असतानासुद्धा स्वतःच्या तंद्रित निमग्न, राजघराण्यापासून दूर, वैभवापासून दूर अशी ती कृष्णभक्तीत रममाण होऊ लागली.

अतिशय प्रतिकूल परिस्थितीतसुद्धा मीरा प्रत्येक प्रसंगाला सामोरं जात सहजपणं पुढं-पुढं जात राहिली. शेवटी तिला इतकी प्रसिद्धी मिळाली, की मेवाडात जो-जो राजा बनला, त्या प्रत्येकानं मीरेला परत मेवाडात आणण्याचा प्रयत्न केला. त्यांनी राजपुरोहितांना, पंडितांना, ब्राह्मणांनासुद्धा मीरेला परत आणण्यासाठी पाठवलं. कारण मीरा संतांचा, पंडितांचा फार आदर करीत असे. कदाचित त्यांची विनंती ती मान्य करील, त्यांचा शब्द खाली पडू देणार नाही, असं राजांना वाटत असावं.

माहेरच्या, सासरच्या नात्यातील लोकांनी मीरेला परोपरीनं परत बोलावण्याचा प्रयत्न केला. परंतु, मीरा मात्र आता तिथं पुन्हा यायला तयार नव्हती. मेवाडहून जे ब्राह्मण, पंडित मीरेला परत आणण्यासाठी गेले होते, त्यांनी तिचा नकार ऐकूनही आपला हट्ट सोडला नाही. तरीदेखील मीरेनं पुन्हा राजघराण्यात जाण्याचं नाकारलं. पराभूत झालेल्या त्या ब्राह्मण पंडितांनी तिला आमरण उपोषण करण्याची धमकी दिली. ते मीरेला म्हणाले, 'जोवर तू आमच्यासोबत येण्यास तयार होत नाहीस, तोवर आम्ही अन्नपाणी ग्रहण करणार नाही.' त्यांची ही कृती मीरेसाठी फार मोठं संकट ठरली. त्यांच्याविषयीच्या प्रेमामुळं तिला अशी भीती वाटू लागली, 'आपल्यामुळं विनाकारण त्यांना जीवाला मुकावं तर नाही लागणार!'

ब्राह्मणांच्या या हट्टामुळं मीरेनं सर्व ब्राह्मणांना मंदिराच्या पटांगणात बसवून सांगितलं, 'तुम्ही इथं भजन-कीर्तन करीत राहा. तोवर मी कृष्णाला भेटून येते, त्याचं दर्शन घेऊन येते.' एवढं बोलून मीरा कृष्णाची परवानगी घेण्यासाठी कृष्णमंदिराच्या आत गेली. तिने आतून दरवाजा बंद करून घेतला. बराच वेळ झाला, तरी दरवाजा उघडला नाही. सर्व ब्राह्मणांनी सकाळ होईपर्यंत दरवाजा उघडण्याची वाट पाहिली. शेवटी दरवाजा तोडून आत जाण्याशिवाय पर्यायच राहिला नाही. दरवाजा तोडून आत गेल्यानंतर मात्र सारेच चक्रावले. कारण मीरा तिथं नव्हतीच. कृष्णाच्या मूर्तीवर फक्त तिचा पदर लटकताना दिसला. असं दृश्य पाहून सर्व ब्राह्मण परत गेले व त्यांनी राज्यात घोषणा केली, 'मीरा कृष्णाच्या मूर्तीत विलीन झाली.'

मीरा कृष्णाच्या मूर्तीत विलीन होण्याच्या घटनेवर सर्वांनी विश्वास ठेवला. राणालासुद्धा खरं वाटलं. या गोष्टीवर लोकांनी एवढ्याचसाठी विश्वास ठेवला, की आजवर त्यांनी मीरेला कृष्णाची आराधना करताना, मूर्तीत हरवून जाताना, कृष्णाची सेवा करताना पाहिलेलं होतं. कृष्णाविषयीची मीरेची भक्ती पराकोटीची असल्याने तिचं कृष्णाच्या मूर्तीत विलीन होण्याबाबत त्यांना फारसं नवल वाटलं नाही. सर्वांनीच ही घटना सहजपणे स्वीकारली. लोक मीरेच्या भक्तीनं इतके भारावलेले होते, की त्यांना ही घटना अलौकिक, अशक्यप्राय अशी वाटलीच नाही.

अशा प्रकारे मीरेच्या भक्तीला ध्येय मिळालं. परंतु या घटनेबरोबरच आणखी एक मजेदार घटना घडली जी क्वचितच घडणारी असते, ती म्हणजे 'ध्येयाला मीरेची प्राप्ती झाली, ध्येयाला मीरा गवसली.' लोकांनी मीरा कृष्णमूर्तीत विलीन झाली, या गोष्टीवर विश्वास ठेवला; परंतु ही एक अद्‌भुत गोष्ट आहे, हे निश्चित. तसं पाहिलं तर या घटनेनंतरसुद्धा तिच्याकडून अनेक पदं लिहिल्याचं निदर्शनास आलं आहे. त्या घटनेनंतरसुद्धा मीरेची जीवनयात्रा सुरूच होती. वयाच्या वेगवेगळ्या टप्प्यावर, निरनिराळ्या अवस्थेत मीरेने पदं लिहिली. मीरेचा अंत असा अद्‌भुतरित्या झाला, ती मूर्तीत विलीन झाली, असंच स्वीकारलं गेलं. कोणी म्हणतं, 'ती वाळवंटात चालत गेली. वाळवंटात तिच्या पाऊलखुणा दिसल्या. परंतु तिचे (पार्थिव) शरीर मात्र कोणालाच दिसलं नाही. मीरेच्या बाबतीत 'ती या जगातून सदेह गेली,' असंच म्हटलं जातं. मीरेच्या जीवनाच्या अंतकाळातील ही घटना, मीरा 'ध्येय'मय झाली, हेच सिद्ध करते.

ध्येयाला किंवा लक्ष्याला भक्ती मिळणं म्हणजे काय, हे एका उदाहरणानं आता

समजून घेऊ या. दर वर्षी प्रत्येक विद्यालयातून हजारो विद्यार्थी एस.एस.सी. (दहावी) पास होऊन बाहेर पडतात. परंतु काही मोजक्या विद्यार्थ्यांची नावंच विद्यालयाच्या मुख्य फलकावर लिहिली जातात. फलकावर त्या माजी विद्यार्थ्यांची नावं लिहिली जातात, ज्यांनी उत्तम गुण प्राप्त करून विद्यालयाचं नाव प्रकाशमान केलेलं असतं, कीर्ती मिळवून दिलेली असते. विद्यालयाला अशा विद्यार्थ्यांचा अभिमान, असे होतकरू विद्यार्थी विद्यालयाला मिळाले एवढ्यासाठी वाटत असतो. तसं पाहिलं तर सर्व विद्यार्थ्यांना विद्यालय मिळतच असतं, परंतु जे हुशार (तेज) विद्यार्थी विद्यालयाला मिळालेले असतात, त्यांची नावं प्राचार्यांच्या कार्यालयाबाहेरील फलकावर लिहिली जातात.

भक्तीला ध्येय मिळालं, ध्येयाला मीरेसारखी भक्ती गवसली आणि मीरेला कृष्णप्राप्ती झाली, ही परमोच्च अवस्था मीरेच्या जीवनात आली. परंतु ध्येयाला भक्ती मिळाली म्हणजेच कृष्णाला मीरा मिळाली. म्हणूनच मीरेला 'द मीरा', 'द हिमालया ऑफ भक्ती' असं म्हटलं जातं. मीरेची भक्ती परमोच्च शिखरावर पोहोचली होती, तिनं सर्वोत्तम शिखर गाठलं होतं; म्हणूनच तर ती 'द मीरा' बनली. काही ठिकाणी मीरेची मंदिरं बनवली आहेत; ज्यात कृष्णासोबत मीरेची प्रतिमा ठेवली गेली आहे.

वियोगातही प्रेमानंद

मीरेच्या तत्त्वज्ञानात, विचारात, शिकवणीत योगापेक्षा वियोगाला अधिक प्राधान्य दिलं गेलं आहे. त्यात योग (मीलन) कमी आणि वियोगच अधिक आहे. मोह कमी तर तेजप्रेमच अधिक आहे. मीरेच्या गीतांवरून, पदांवरून विरहाचं आणि वियोगाचं महत्त्व लक्षात येतं. मीरा म्हणते, 'वियोगाने भक्ती वाढत असेल आणि मीलनानंतर जर पुन्हा वियोगच असेल, तर वियोगच अधिक उत्तम!'

वियोगातदेखील आपण खऱ्या प्रीतीची प्रचिती घेऊ शकतो. मीलनाचा आनंद आपण तसाही घेऊ शकतो. फळ मिळाल्यानंतर जर ते दुरावलं, तर माणसाला अधिक वाईट वाटतं, फारच दुःख होतं. परंतु फळ मिळालंच नाही, तर आपण सहजगत्या स्वीकारभावात राहू शकतो.

जे लोक मीलनात अधिक गुंतून राहतात, त्यांना विरहाचं, वियोगाचं महत्त्व कळावं म्हणून मीरेने त्या अर्थाची अनेक पदं लिहिली; किंबहुना तिच्याकडून लिहिली गेली. कारण अशा लोकांना फक्त फळाचीच अपेक्षा असते. जर फळ मिळणार नसेल, तर ते भक्तिमार्गाकडे वळू इच्छित नाहीत. माणूस विचार करतो, 'मी जर भक्ती करू लागलो

तर मला कोणतं फळ मिळेल, कोणतं यश मिळेल, माझी कोणती मनोकामना पुरी होईल? मला परमेश्वर भेटेल का? तसं जर होणार असेल, तरच भक्ती करण्यात अर्थ आहे.' परंतु मीरेचं जीवन पाहाल तर तुमच्या लक्षात येईल, विरहातच खरा आनंद आहे, वियोगातही भक्तीचा आनंद मिळू शकतो.

वियोगाचं महत्त्व विशद करीत मीरेनं आपल्या पदांतून 'विरहातसुद्धा तुम्ही काहीच हरवत नाही,' असं सांगितलं आहे. तिनं आपल्या गीतांतून व पदांतून हाच संदेश दिला. त्यामुळं लोकांनी किमान भक्तीचा श्रीगणेशा तरी करावा, हा त्यामागचा उद्देश! मीरेनं जो उपदेश केला, जे काही सांगितलं, ते समोरच्या लोकांच्या कुवतीप्रमाणे त्यांना समजेल असंच सांगितलं. विरहातसुद्धा प्रेमाचा आनंद कसा घेता येऊ शकतो, हेच मीरेचं जीवन दर्शवतं.

मीरा कृष्णाची अभिसारिका

मुस्लिम सूफी संत अल्लाहला प्रेयसीच्या रूपात आणि स्वतःला अल्लाहचे प्रियकर मानतात. परंतु मीरा मात्र स्वतःला कृष्णाची अभिसारिका मानून भटकत राहिली. नेहमी भक्तियुक्त प्रतिसाद देत राहिली. सर्व धर्मांत भक्ती विविध रूपांत दिसून येते. ईश्वराशी कोणतंही नातं जोडा, परंतु हा मूळ उद्देश आहे- 'भक्ती व्यक्तीच्या महत्त्वाकांक्षा, अहंकार संपुष्टात आणते की नाही.' मीरेनं आपल्या काव्यातून हे साकार करून दाखवलं. मीरा आपल्या पदांमध्ये काही वेळा स्वतःबद्दल लिहिते, तर कधी आपले गुरू संत रोहिदासांबद्दल. यावरून मीरा आदर्श जीवन जगली हे निदर्शनास येतं. लोकांनी मीरेच्या कविता, पदांच्या आधारे तिचा इतिहास लिहिला. परंतु मीरा इतिहास नसून वर्तमान आहे, ती अमर आहे, अजरामर आहे.

द मीराची शिकवण

२१

मीरेची सरळ-साधी शिकवण

मनुष्यजन्म आणि मोक्ष

मीरेची पदं तोंडी परंपरेनंच संग्रहित केली गेली आहेत. तिचं प्रबोधन, तिची शिकवण तिच्या समकालीन लोकांच्या उपस्थितीनुसार, त्या वेळच्या परिस्थितीनुसार, त्यांच्या आकलनशक्तीनुसार पदांच्या माध्यमातून दिली गेली आहे. मीरेच्या जीवनातील सर्व घटनांच्या नोंदी घेतल्या गेल्या नाहीत आणि घेतलेल्या नोंदी जतनही करून ठेवल्या गेल्या नाहीत. अनेक गोष्टी गहाळ झाल्यानं प्रसंगानुरूप, भावानुरूप व त्या-त्या परिस्थितीनुरूप काही शिकवणीत प्रतिकूलता किंवा असमर्पकता दिसून येते. मीरा सासरी असताना तिनं लिहिलेली, अभिव्यक्त झालेली पदं आणि राजमहालाचा परित्याग करून एकटीच भ्रमंती करीत असतानाची पदं, भक्ताच्या निरनिराळ्या अवस्थांची वर्णनं करतात. पदं संग्रहित करणारे लोक मात्र तेव्हाच्या परिस्थितीबद्दल अनभिज्ञ राहिल्यानं त्या-त्या प्रसंगानुरूप पाहणं त्यांना जमलं नसावं. कारण एक तर त्या परिस्थितीचे धागे-दोरे मिळवणं अशक्य तरी असावं किंवा त्या अनुषंगाने केलेले प्रयत्न अपुरे पडले असावेत अथवा त्या गोष्टीला फारसं महत्त्व दिलं गेलं नसावं.

मीरेच्या जीवनापासून लाभ घेण्याची आपली जर खरोखरच मनापासून इच्छा असेल, तर वर सांगितलेल्या सूचना लक्षात ठेवून मीरेच्या शिकवणीचा अंगीकार करून आचरणात आणावी. मीरेची पदं वाचताना असं वाटतं, की ती तिनं स्वतःला उद्देशून लिहिली आहेत. परंतु वास्तव तसं नसून तिनं समोर उपस्थित असलेल्या श्रोत्यांना उद्देशून ती म्हटली आहेत. मीरेच्या अशा प्रकारच्या अभिव्यक्तीच्या शैलीमुळं ती दुःखी होती, असं अनेक लोक मानतात.

१) मनुष्यजन्म मिळणं हा मोक्षप्राप्ती करण्यासाठी अगदी दुर्मिळ असा योग आहे, एक अमूल्य संधी आहे. परमेश्वरानं जर आपल्याला हा (मनुष्यजन्म) अनमोल प्रसाद

दिला आहे, तेव्हा आपणही त्याला योग्य तो प्रतिसाद द्यायला हवा. ईश्वरभक्ती करण्याची ही एक नामी संधी हातून जाता कामा नये.

मीरेच्या पदांवर अनेक समकालीन संतांची छाप दिसून येते. कारण मीरा ही सत्यप्रबंधक होती. मीरेनं त्या काळी अनेक संतांच्या सत्संगाचं आयोजन केलं. सर्वच संतांनी मानवजन्माचं महत्त्व स्वीकारलं आहे. संत कबीरांनी तर, 'मनुष्य जन्माच्या प्राप्तीसाठी देव-देवताही उत्सुक असतात,' असंही म्हटलं आहे.

२) मी या जगात, या संसारात काही पहिल्यांदाच आले नाही. या पृथ्वीवरील चराचराची सुरुवात, प्रारंभ माझ्या जीवनापासून झाला आहे. माझा स्वतःचा असा कोणता परिवार नाही किंवा माझं एखादं नावही नाही. चौऱ्याऐंशी लक्ष योनींच्या फेऱ्यात मी वारंवार अडकले आहे.

३) ईश्वरनामाचा गडद रंग (सुरंग) माझ्या तनामनावर विखुरला आहे. मी ईश्वरनामाची सुरा प्राशन केली आहे. त्यामुळे माया ममतेचे कच्चे रंग उडाले असून, नामशेष झाले आहेत. मला तर रामनामाचं रत्न प्राप्त झालंय, अनमोल असं धन मला प्राप्त झालंय. नाम हेच आत्म्याची खरी आणि अस्सल दौलत आहे.

मेरे तो गिरधर गोपाल, दूसरो न कोई...

मेरे तो गिरधर गोपाल, दूसरो न कोई।
जाके सर मोर मुकुट, मेरो पति सोई।
तात-मात बन्धु-भ्रात, अपनो न कोई॥
छाँड़ि दई कुल की कानि, कहा करिहें कोई।
संतन ढिंग बैठि-बैठि, लोक लाज खोई॥
चुनरी के किए टूक, ओढ़ लीन्हीं लोई।
मोती मूँगे उतार, वनमाला पोई।
अँसुवन जल सींचि-सींचि, प्रेम बेलि बोई।
अब तो बेलि फैल गई, होनी होय सो होई।
दूध की मथनियाँ, बड़े प्रेम से बिलोई।
माखन जब काढ़ि लियो, छाछ पिये कोई।
आई मैं भगति काज, जगत देखि रोई।
दासी मीरा लाल गिरधर, तारो अब मोहि।

माझा कान्हा माझा गिरीधर माझा केवळ माझा।
माझा प्रियकर मुरलीमनोहर माझा केवळ माझा।
मोर मुकुट मस्तकी जयाच्या,
माझा पती तोच।
नाही मजला भीती कुणाची,
कसल्या कुलरीती
साधू संतांसवे राहुनी,
लोक लाज हरपली।
मम अश्रूंच्या शिंपणातुनी,
प्रीत वेल बहरली
सर सर सर सर वेल वाढली,
गगनाला भिडली।
संतोषाची, आनंदाची,
लक्ष फुले फुलली
भक्तगणांना बघून हसले
हर्षित मी झाले।
हाय! परंतु जग हे दिसता
अश्रू ओघळले।

२२

मन आणि कर्म

भ्रमनिरसन करी सद्‌गुरू

मीरेनं आपल्या सरळसाध्या प्रबोधनातून कर्माचं रहस्यही उलगडून सांगितलं आहे.

१) या कर्मांच्या बंधनातून मुक्त होण्यासाठी मीरा आपल्या पदांत सांगते. 'या पृथ्वीतलावर माणसाचं जीवन अगदी अल्पकाळ असून, ते क्षणभंगुर आहे. तेव्हा संसाराच्या मायाजालात गुंतून पडण्याची मुळीच आवश्यकता नाही. आपले दैनंदिन जीवन जगत असताना जे काही आपण उपभोगतो, दान करतो किंवा लुबाडून घेतो अथवा जो काही आपण खर्च करतो, परोपकार करतो, त्या सर्वांचं फळ आपल्याला मिळतं. आपण आयुष्यात जे काही दिलं, घेतलं त्याचाच हिशेब मृत्यूनंतर आपल्यासोबत असेल. बाकी सर्व इथेच राहील.

२) कर्मबंधनांच्या बाबतीत मीरा म्हणते, 'ही अशा प्रकारची खुशी, संतोष फारच मर्यादित आहे, अनियमित आहे. म्हणून या भवसागरातील दुःखांच्या गराड्यात जन्म घेतल्यानंतर, दुःखाच्या कचाट्यातून सुटण्यासाठी, हा भवसागर सहीसलामत पार करण्याच्या दृष्टीनं कर्म केलं पाहिजे. जो मनुष्य जन्माला येऊन कर्मांच्या जाळ्यात अडकून पडला आहे, त्याला या बंधनातून मुक्त होण्याचाही अधिकार असायला हवा.

३) मीरेनं कर्माच्या संदर्भात फार आगळ्यावेगळ्या पद्धतीनं सांगितलं आहे. प्रत्येक मनुष्य, कर्माच्या दोरीनं जखडला गेला असून, तो चौऱ्याऐंशी लाख योनींच्या फेऱ्यात अडकला आहे. आत्मा जेव्हा हे चौऱ्याऐंशी लाख योनींचे कंकण, चुडा उतरवेल, तेव्हाच या आत्म्याचा विवाह होईल आणि मग इतर सुवासिनी आत्मे याला विचारतील, 'इतके दिवस तू अविवाहित का होतीस?' तेव्हा ती म्हणेल,

'मला गुरू भेटलेच नाहीत, त्यामुळे नाइलाजास्तव मला असं राहावं लागलं.'

४) माणसाचं मन हे ईश्वरप्राप्तीसाठी मोठा अडसर आहे. आपलं मन सतत काही ना काही विचार करीत असतं. ते फार चंचल आहे. जेव्हा त्याला सांसारिक सुखांऐवजी सतत उत्तम सुख, चिदानंद मिळू लागतो तेव्हाच ते आपल्या सवयी, व्यसनं सोडतं. शिवाय हा आनंद केवळ भक्तीपासूनच मिळतो.

'जनम–जनम का सोया, मनवा सत्गुर शब्द सुन जागा'

मोहाच्या आहारी जाऊन मन स्वतःवर अनेक मलीनतेची पुटं चढवून घेतं. पण, गुरू हा एक कुशल परीट आहे. तो मनाची सर्व मलीनता धुऊन स्वच्छ करतो आणि मन निर्मळ करण्याचा हाच एकमेव मार्ग आहे.

५) हे भ्रमाची चादर पांघरून गाढ झोपी गेलेल्या मानवा, मी तर जागी होऊन कधीच माझ्या प्रियकराकडे पोहोचलेय. माझे सर्व भ्रम कधीच दूर झाले आहेत. तेव्हा तूही आता जागा हो, जागृत हो.

जन्मोजन्मीचा हा मानव निद्राधीन होता
'सद्गुरू' शब्द कानी पडता जागा झाला

६) माझ्या सद्गुरूनं मला दिव्यप्रेमाच्या बाणाने घायाळ केलंय. ज्याचं फलित विरहात विलीन झालं आहे. विरहाची वेदना आणि मीलनाची व्याकुळता प्रभू–प्रेमाची वृद्धी करतात. आपल्या विरह अश्रूंचे सिंचन करून प्रेमरूपी लतेची लागवड करून तिला वाढवा, विकसित करा! कारण वियोगानंतरच त्या गोष्टीचं खरं मोल कळतं.

चल मन गंगा यमुना तीर...

चल मन गंगा यमुना तीर।।
गंगा यमुना निर्मल पाणी,
सीतल होत सरीर।
बंसी बजावत गावत कान्हों
संग लियो बलवीर।।
चलो मन गंगा यमुना तीर।।
मोर मुकुट पीताम्बर सोहे,
कुण्डल झलकत हीर।
मीरा के प्रभु गिरधर नागर,
चरण कमल पै सीर।।
चलो मन गंगा यमुना तीर।।

तूही बागड तूही हुंदड पुरी कर कामना
गंगेच्या यमुनेच्या तीरी भ्रमण करू, चल रे मना ।।धृ।।
कृष्णवर्णी यमुनेचं जळ राधेच्या नयनातील काजळ
पापांचे जी करिते क्षालन गंगामैय्या पावन निर्मळ
यथेच्छ डुंबू यथेच्छ न्हाऊ शीतल करू चल तना ।।१।।
बलरामाच्या संगे तेथे असेल रे गिरीधारी
कदंबातुनी ऐकू येते गोड मधुर बासुरी
स्वार होऊनी लकेरीवरी भेटू चल मोहना ।।२।।
मोरमुकुट मस्तकी शोभतो शोभे पितांबर
मकर आकृती कुंडल कानी दिसे किती सुंदर
मीरेच्या प्रभू गिरिधर नागर तुझीच मी अर्चना ।।३।।

२३

प्रेमवेडे कोण

परमेश्वराचा शोध : खऱ्या भक्तीतून

भक्ती स्वतःच परिपूर्ण असते. कारण माणसातील भक्ती जागृत होताच त्याच्या इतर सर्व शक्यता आपोआप खुलू लागतात, उन्मिलित होतात. ज्ञानाशी भक्तीचा मिलाप झाल्यानंतरच तिला परिपूर्णता लाभते.

भक्ती, मार्गही आहे आणि ध्येयही! माणसाला भक्तीचा स्वाद मिळू लागताच त्याच्यातील अहंकार नष्ट होऊ लागतो. खरंतर अशा वेळी, 'मला आत्मसाक्षात्कार व्हायला हवा... मला अमुक मिळालं पाहिजे... तमुक प्राप्त झालं पाहिजे'... अशी भक्ताची कोणतीही इच्छा नसते. भक्तीमध्ये 'ईश्वराची, तुझी इच्छा हीच माझी इच्छा' अशी मनोधारणा होते.

भक्ती आणि प्रीतीच्या प्रभावानं मीरा धुंद होऊन जेव्हा नाचायची, तेव्हा लोक मीरेला वेडी समजायचे. पण, जेव्हा लोकांना मीरेच्या खऱ्या भक्तीची जाणीव झाली, तेव्हा मात्र तिचं हे वेड कोणत्या दर्जाचं होतं हे समजलं. मीरा आपल्या पदांच्या माध्यमातून लोकांचे गैरसमज दूर करून त्यांना ईश्वरप्राप्तीचा मार्ग दाखवीत असे. ती सांगते-

१ संसारी लोक भक्तांना समजू शकत नाहीत. भक्त ईश्वरप्रीतीत सदैव मग्न असतात म्हणून त्यांना वेडं समजतात. मीरा म्हणते, अशा भक्तांचा सांभाळ ईश्वर स्वतः करीत असतो. खरंतर अशी प्रीती, अशा प्रेमाचा आविष्कार करणं, हाच मनुष्यजन्माचा हेतू असून, त्यानंच मानवाचं आयुष्य सार्थकी लागतं. जर हा एकमेव हेतू साध्य झाला, तर त्याला इतर काहीच करायची आवश्यकता नाही.

हे सांसारिक लोकहो, 'तुम्ही मला वेडी का समजता? या वेडीची सर्व कामं तर साक्षात् परमेश्वरच करीत असतो. या वेडीला तर संतांच्या चरणसेवेव्यतिरिक्त

काहीच येत नाही.' मीरा म्हणते, तिनं आपल्या वेडाच्या भरातच परमेश्वराची प्राप्ती केली आणि त्यातून ती 'ध्येय'मय झाली.

२) 'मी स्वतःहून ठरवलं, तरी हा प्रेमाचा मार्ग सोडून देणं आता अशक्य आहे; कारण मला पैलतीराची चाहूल लागलीय, तिथलं ओझरतं दर्शन घडलंय.' म्हणजे मीरानं भक्तिअमृत प्राशन केल्यानं ते आता तिच्या हृदयात सामावलं आहे.

३) खरी भक्ती आणि प्रेम म्हणजे स्वतःला प्रियतमाचरणी, परमेश्वरचरणी समर्पित करून त्याच्या प्रत्येक इच्छेमध्ये आनंदी, प्रसन्न राहणं होय. मीरा म्हणते, 'मी स्वतःला त्याच्या इच्छेच्या हवाली केलं आहे, नव्हे त्यालाच सुपूर्द केलं आहे. त्यानं मला जरी विकायचं ठरवलं, तरी मी राजीखुशीनं तयार होईन. भक्तिमार्गात तोच वीर यशस्वी होऊ शकतो, ज्याने आपल्या तळहातावर शिर (अहंकार) ठेवून या मार्गाचा अवलंब केलाय, स्वीकार केलाय.

४) परमेश्वराचा शोध बाहेर करणं, यासारखी दुसरी हास्यास्पद गोष्ट कोणतीच नाही. 'पाण्यात मासोळी तृषार्त आहे' असंच हे म्हणण्यासारखं आहे. परमात्मा माणसाच्या अंतरंगात असून, केवळ मन आणि मायेचा पडदा मधे आहे.

'शाम मने चाकर राखो जी ...'

शाम मने चाकर राखो जी,
गिरधारी लाला चाकर राखो जी।
चाकर रहसूँ, बाग लगासूँ नित दिन दरसण पासूँ।
विन्द्रावन री कुंज गलिन माँ गोविंद लीला गासूँ।
चाकरी में दरशण पासूँ, सुमिरण पासूँ खरची।
भाव भगति जागीरी पास्यूँ, जणम जणम री तरसी।
मोर मुकुट पीताम्बर सोहे, गल वैजयंती मालो।
विन्द्रावन माँ धेण चरावाँ, मोहन मुरली वालो।
हरे हरेणवा कुंज लगास्यूँ बीचा बीचा बारी।
साँवरिया रो दरसण पासूँ, पहण कुसम्भी सारी।
मीराँ रे प्रभु गिरधर नागर, हिवरो धणो अधीरा।
आधी रात प्रभु दरसण दीज्यो जमना जी के तीरा।

२४

निद्रेतून जागं कसं व्हावं

सत्संग आणि संसार

मीरेनं आपल्या जीवनात माहेर, सासरच्या लोकांना तमोगुणांच्या काळोखात जगताना अनुभवलं.

दिव्यभक्तीमध्ये भक्त झोप एवढ्यासाठीच घेतो, ज्यामुळे त्याची भक्ती योग्य प्रकारे व्हावी, तो भोजनही एवढ्यासाठीच करतो, जेणेकरून उत्तम भजन व्हावं. लोक पहिल्यांदा जेव्हा भक्ती करू लागतात तेव्हा म्हणतात, 'आज भक्ती केल्यानं गाढ झोप लागली' म्हणजेच भक्तीमुळं त्यांच्या झोपेची समस्या मिटली, झोपेची गोळी खाऊन झोप घेण्याचा, निद्राधीन होण्याचा त्यांचा प्रश्न सुटला. परंतु खऱ्या भक्तीमध्ये अगदी याच्या उलट घडत असतं. माणूस झोप एवढ्यासाठीच घेतो, की मंदिरात (शरीरात) असलेल्या ईश्वराची इच्छा पूर्ण व्हावी. त्याच्या शरीराद्वारे ईश्वराचा अनुभव करता यावा. ईश्वराची इच्छापूर्ती करण्यामध्येच भक्ताचा खरा आनंद सामावलेला असतो. एका परमेश्वराशिवाय त्याला अन्य काही नको असतं.

अशा प्रकारे मीरा लोकांना आपल्या पदांद्वारे सचेत करते.

१) 'हे निद्रे, तू माझी वैरीण आहेस. मी तुला बाजारात नेऊन विकेन. केवळ निद्रेमुळं माझी असंख्य युगं लोटली. ज्या घरात परमेश्वराचा एकही भक्त राहत नाही, अशा घरी तू आपला ठिय्या मांड. माझ्या नयनात तर माझा प्रियतम वास करतोय. तुला इथं अजिबात थारा नाही.'

या ओळीमधून मीरा आपले असंख्य जन्म वाया गेल्याचं सांगत नाही, तर ती भक्तांना शिकवण देण्याचा प्रयत्न करीत आहे. त्यांना निद्रा, आळस, तमोगुणांपासून सावध राहण्यास सांगतेय. भजन, स्मरण आणि ध्यान करण्यासाठी वाजवीपेक्षा

जास्त भोजन व दीर्घ निद्रा दोन्हीही गोष्टी बाधक, हानीकारक आहेत. ज्यानं आपल्या ध्येयाला डोळ्यांत वसवलंय, तो आपल्या ध्येयाला कधीही खंडित होऊ देत नाही.

२) मीरेनं आपल्या प्रबोधनात असंही म्हटलं आहे, भजन करण्यासाठी कोणतंही कारण वा निमित्त नको असतं. मनाला भजनात आणि प्रेमात रममाण होऊ द्या. दुःखाचा डोंगर कोसळला म्हणून अंथरुण धरू नका. हताश, हतबल होऊन राहण्यापेक्षा आपला सर्व वेळ सत्संगात (स्वसंगात) घालवा.

३) पोपटासारखं केवळ प्रेम-प्रेम घोकल्यानं काही होत नसतं. प्रेम ही हृदयातील ती आंतरिक भावना आहे, ज्यायोगे प्रेरित होऊन प्रेमी आपले सर्वस्व प्रियतमाला अर्पित करतो. जसा प्रेमदिवाणा पतंग ज्योतीसाठी प्राणार्पण करतो.

४) संत आणि परमात्मा द्वैत नसून अद्वैत आहे; जसं फूल आणि सुवास भिन्न नसून एकच आहेत. ईश्वरप्राप्तीची तृष्णा, ओढ संतांद्वारे निर्माण होत असते म्हणून वाईटाची संगत सोडून सत्संग करा. संतांच्या सहवासात परमेश्वराचं स्तवन ऐका, गुणगान ऐका. काम, क्रोध, मद, मोह, लोभ, मत्सर या षड्रिपूंचा त्याग करून ईश्वरभक्तीमध्ये दंग राहा.

मीरा मगन भई हरि के गुण गाय...

मीरा मगन भई हरि के गुण गाय।।
साँप पिटारा राणा भेज्यो, मीरा हाथ दियो जाय।
न्हाय-धोय कर देखण लागी,
सालिगराम गई पाय।।
जहर का प्याला राणा भेज्यो,
अमृत दीन बनाय।
न्हाय-धोय कर पीवण लागी, हो अमृत अंचाय।।
सूल सेज राणा ने भेजी, दीज्यो मीरा सुलाय।
सांझ भई मीरा सोवण लागी,
मानो फूल बिछाय।।
'मीरा' के प्रभु सदा सहाई,
राखे विघन हटाय।
भजन भाव में मस्त डोलत, गिरधर पै बलि जाय।।
मीरा मगन भई हरि के गुण गाय।

२५

प्रभुमीलन
अनुभवाचं आतिथ्य करा

मीरा, प्रभुमीलनासाठी व्याकुळ होऊन तळमळत होती. आपली ही व्यथा लोकांना सांगताना ती एक रहस्यही व्यक्त करते. 'तुझी भेट व्हावी यासाठी तुझी आठवण करीत, तुझे स्मरण करीत निरंतर तळमळतेय. कृपा करून मला तुझं दर्शन दे. मी तुला शरण आलेली आहे. आता जर तू मला भेटलास तर एका क्षणासाठीसुद्धा पुन्हा तुला अलग होऊ देणार नाही, माझ्या नजरेआड होऊ देणार नाही.'

वरील उतारा वाचून मीरा परमेश्वरापासून अलिप्त आहे, दूर आहे आणि ती विरहाच्या आवेगानं तळमळतेय, असाच कुणाचाही भ्रम होईल. अद्याप प्रभूची भेट झालीच नाही, असंच अनुमान तिची पदं वाचून लोक करीत आले आहेत. मीरेची काही विरहगीतं, विराण्या, लोकांना भक्तिमार्गापासून परां:मुख करतात. परंतु वस्तुस्थिती अशी आहे, की मीरा आपल्या पदांद्वारे लोकांची अवस्था सांगत आहे. शिवाय ईश्वर भेटल्यानंतर त्याच्यापासून दुरावता कामा नये, अनुभवाची पाहुण्यासारखीच सरबराई करायला हवी, असं ती सांगतेय.

परमेश्वरापासून दूर राहण्याचं, अलिप्त राहण्याचं दुःख ती लोकांना सांगू इच्छिते. लोकांना न दुखावता, हळुवारपणे संकेत करते,

१) तुम्ही परमेश्वरापासून अलिप्त होऊन जगत आहात.
२) तुम्ही परमेश्वराच्या भेटीसाठी व्याकुळ व्हायला हवं.
३) परमेश्वराचं दर्शन घडावं म्हणून तुम्ही प्रार्थना केली पाहिजे.
४) परमेश्वराला शरण जाणं, समर्पित होणं अत्यावश्यक आहे.
५) परमेश्वरानं तुम्हाला स्वीकारावं, असंच कर्म केलं पाहिजे.

६) एकदा परमेश्वर, अनुभव प्राप्त झाला तर त्याला सोडता कामा नये, कारण मोहमायेत त्याला हरवून बसण्याची शक्यता अधिक असते. जसा एखादा माणूस त्याला गवसलेलं अनमोल रत्न हरवू नये म्हणून घट्ट मुठीत दाबून ठेवतो, तद्वत ईश्वराला (स्वअनुभवाला) आपल्यापासून अलिप्त, दूर होऊ देऊ नका. त्याला आपल्या हृदयमंदिरात (तेजस्थानात) अतिथीप्रमाणं ठेवा.

पायोजी मैंने ...

पायोजी मैंने राम रतन धन पायो...

वस्तु अमोलिक दी मेरे सत्‌गुरु, कृपा कर अपनायो।

पायोजी मैंने राम रतन धन पायो... ।।

१. जनम जनम की पूँजी पायी, जग में सभई खव्हायो।

पायोजी मैंने राम रतन धन पायो...।।

२. खर्च न खोटे, चोर न लूटे, दिन दिन बढ़त सवायो।

पायोजी मैंने राम रतन धन पायो...।।

३. सत्य की नाव, खिवटिया सत्‌गुरु,

भवसागर तर आयो।

पायोजी मैंने राम रतन धन पायो...।।

४. मीरा के प्रभु गिरधर नागर, हरष-हरष जस गायो।

पायोजी मैंने राम रत्न धन पायो...।।

२६

तेजसंसारी कसं बनावं

महाआसन

मीरा आपल्या जीवनात आयुष्यभर कमळपुष्पाप्रमाणं निर्मळ आणि विरक्त राहिली. संसारात राहूनच तिनं भवसागर पार करायची कला लोकांना शिकविली. याच कलेच्या जाणकारांना तेजसंसारी असं संबोधलं जातं.

१) संसाररूपी भवसागर अथांग असल्याने साधकानं या भवसागरात न उतरता काठावर बसूनच स्नान करावं. म्हणजे त्यानं आपली सांसारिक कर्तव्यं व जबाबदाऱ्या पार पाडाव्यात; परंतु संसाराविषयी आसक्ती बाळगू नये.

२) खरं वैराग्य हे अंतःकरणाचं असतं, बाह्य पोशाख, वेषभूषेचं नसतं. मीरा म्हणते –

वाल्हा मैं वैरागिण हूंगी हो
जो जो भेख म्हांरो साहिब रीझै सोई सोई धरूंगी हो,
सील संतोष धरूं घट भीतर समता पाकड रहूंगी हो।
जाको नाम निरंजन कहि तको ध्यान धरूंगी हो,
प्रेम प्रीत सूं हरिगुण गाऊं चरणन लिपट रहूंगी हो ।
या तन की मैं करू कीं गरी रसना नाम रटूंगी हो,
मीरा कहे प्रभु गिरिधर नागर साधो संग रहूंगी हो ।

या पदात मीरेने तेजसंसारी बनण्याचा संकेत अशा प्रकारे दिला आहे :

क) भगवी वस्त्रं, कफनी पारिधान केली नाही, तरी संसारात राहून आपण परमेश्वराचे भक्त बनू शकतो.

ख) धन्याच्या (ईश्वराच्या) आज्ञेत राहणं, आज्ञा पालन करणं म्हणजेच खरी भक्ती होय. त्यासाठी बाह्यवस्त्रं योग्यांची असायला हवीत, असं मुळीच नाही.

ग) बाह्य वस्तूंचा त्याग केला, असं दाखवून ढोंगी साधू बनू नये. त्यासाठी आतील

विकारांचा त्याग करता यायला हवा.

घ) चारित्र्यवान बनून समाधानी, सदाचारयुक्त निर्भय जीवन जगणं परमेश्वराला आवडतं, म्हणून अशा प्रकारचं जीवन व्यतीत करून ईश्वरीय गुणधर्मांचा अंगीकार करून खरी भक्ती करा.

ङ) सुख-दुःख, मान-अपमान, जीवन-मृत्यू, हर्ष-शोक यांसारख्या दुहेरी जीवनापासून अलिप्त होऊन समताभाव स्वीकारा.

च) शरीर असो की मन, ते केवळ आपले कपडे आहेत, आवरणं आहेत; त्यांना ज्ञानरूपी रंगाने रंगवलं पाहिजे.

छ) मन अनुशासनात ठेवण्याचा सराव करून तीच सवय अंगीकारणं हीच खरी योगमुद्रा आहे. नित्य अशा आसनात (महाआसन-अवस्थेत) प्रभूच्या सान्निध्यात राहावं.

३) या संसारात राहणाऱ्या लोकांना मीरेनं आपल्या पदांद्वारे कधी मूर्तिपूजेचं महत्त्व सांगितलंय, तर कधी तीर्थक्षेत्रांचं महत्त्व स्पष्ट केलंय. आध्यात्मिक यात्रेवर निघालेल्या लोकांसाठी मीरा अशा प्रकारची पदं गाते. एकीकडे असं म्हणते तर दुसरीकडे साधनेत परिपक्व झालेल्या साधकांसाठी काही पदांतून सांगते, 'मला तीर्थक्षेत्रं करायची गरज नाही. काशीला जायची आवश्यकता नाही, मला गंगा-यमुनेत स्नान करायची आवश्यकता नाही; कारण काशी जशी माझ्या अंतर्यामी आहे, तद्वत गंगा-यमुनासुद्धा माझ्या अंतरंगातच आहेत.'

ऐक गिरिधरा यापुढे आता सत्संगी राहीन
सख्या मी वैरागीण होईन
सांगशील त्या वसनांचा मी करीन रे स्वीकार
शील तोष अन् समानतेचा करीन अंगीकार
सन्मार्गाचे बोट धरोनी आगेकूच करीन
ज्याचे नाम निरंजन त्याचे नित्य करिन मी ध्यान
प्रकाशकिरणे देणाऱ्याचे गाईन मी गुणगान
अशाच तेजामध्ये राजसा सदैव मी न्हाईन
तुझीच आणि तुझीच कृष्णा करीन नित्य स्तुती
श्रद्धेने टेकवीन माथा तव चरणांवरती
या देहाची करून वीणा तव कवने गाईन

अब न रहूँगी तोरी हटकी...

राणाजी! अब न रहूँगी तोरी हटकी (रोकी हुई)।
साध संग मोहि प्यारा लागै,
लाज गई घूँघट की।
पीहर मेड़ता छोड़ा आपण,
सुरत-निरत दोऊ चटकी।
सतगुर मुकुर (शीशा) दिखाया घट का,
नाचूँगी दे - दे चुटकी।
हार-सिंगार सभी ल्यो अपना,
चूरा कर की पट (कपड़ा) की।
मेरा सुहाग अब मोकूँ दरसा,
और व जाने घट (हृदय) की।
महला किला राणा मोंहि न चाहिए,
सारी रेसम पटकी।
हुई दीवानी 'मीरा' डोलै,
केस लटा सब छिटकी।

२७

अहंकाराचे व्यर्थ उद्योग

जन्म – एक दुर्लभ संधी!

केवळ अहंकारामुळं मनुष्य आपलं जीवन महत्त्वाकांक्षा, भय आणि असुरक्षिततेच्या दडपणाखाली स्वतःला आकुंचित करून जगतोय. एक श्वाससुद्धा त्याला मोकळ्या वातावरणात घेता येत नाही. भक्तीनं अहंकार संपुष्टात आणण्याची संधी मिळूनसुद्धा तो त्याकडे काणाडोळा करतो. कारण त्याला त्या सुसंधीची ओळखच नसते. जीवनात जर आपल्याला अशी संधी खरोखर मिळाली, तर ईश्वराची ही फार मोठी कृपा आहे, असं समजलं पाहिजे. आपण जर त्याक्षणीच या संधीचा लाभ घेतला, तर आपल्या मनात धन्यवादाचे भाव प्रकट होतील. इतकंच नाही, तर आपल्याकडून भजनाची अभिव्यक्ती होईल, नवलाईचे भाव प्रकट होतील, आश्चर्य होईल. परमेश्वराचं स्तवन होऊ लागेल. परिणामी, आपल्यातील अहंकाराचा लय होऊ लागेल. तो विलीन होईल.

मनुष्य ज्या गोष्टीवर आपलं लक्ष केंद्रित करतो तेच तो बनतो. आजवर माणसानं अहंकारावरच आपलं संपूर्ण लक्ष केंद्रित केलं आहे. त्यामुळंच तो असा अहंकारी बनलाय. भक्तीच या अहंकारावर एकमेव तोडगा असून, तेच औषधही आहे.

मीरा राजघराण्यातील असल्यामुळं तिनं हा अहंकाराचा खेळ खूप जवळून पाहिला होता. अहंकाराचा खेळ खेळण्यासाठीच लोक युद्धांचं आयोजन करतात. जगात जी काही युद्धं होतात, त्याला खरंतर अहंकारच कारणीभूत असतो. लोक अहंकार पोसण्यासाठी वेळप्रसंगी स्वतःच्या परिवाराचाही विचार करीत नाहीत, त्यांच्या भल्या-बुऱ्याचा विचार न करता ते परिवारसुद्धा पणाला लावतात. आपल्या अनुभवाच्या साहाय्यानं मीरा लोकांना अहंकारापासून सावध राहण्याविषयी, त्यांना जागरूक करण्यासाठी म्हणते-

१) माझ्या मनात मान आणि अभिमानाची भावना होती, तोवर माझ्या प्रियकरानं (परमेश्वरानं) माझ्याकडे ढुंकूनसुद्धा पाहिलं नाही. तो माझ्याशी एकही शब्द बोलला नाही. परंतु जेव्हा मी माझ्यातील 'अहम'ची, 'मी'ची राखरांगोळी केली, दीन बनले तेव्हा मात्र त्यानं माझे अंतःचक्षू उघडले, माझ्या अंतर्यामीचा पडदा दूर केला. वियोग नाहीसा करून भेटीचा, मीलनाचा आनंद मला प्रदान केला, दिव्य आनंदाचा वर्षाव माझ्यावर केला.

या पदामध्येही मीरा स्वतःच्या अहंकाराबद्दल बोलत नसून ती भक्तांच्या भक्तीचं रहस्य उलगडून सांगतेय. माणूस जेव्हा परमेश्वरापासून अलिप्त राहण्याचा अहंकार विलीन करतो, तेव्हाच परमेश्वर प्रकट होतो; अन्यथा काडीचाही संबंध ठेवत नाही. खोटा अभिमान संपुष्टात येताच परमेश्वर माणसाच्या मनावर चढलेली अज्ञानाची पुटं, अज्ञानाचा पडदा दूर सारतो. अज्ञानरूपी मायेचा पडदा दूर होताच वियोग संपतो, मिलाफ होतो, दिव्य आनंद प्राप्त होतो.

२) घराला आग लागल्यानंतर किंवा तहान लागल्यावर विहीर खणणं किंवा घरात चोरी झाल्यावर बत्ती लावणं म्हणजे वरातीमागून घोडे असंच म्हणावं लागेल. जेव्हा नदीमध्ये पाणी कमी असतं, तेव्हाच पूल बांधणं शक्य असतं. पूर आल्यावर किंवा पाणी असताना, नदी दुथडी वाहत असताना पूल बांधायला सुरुवात करणं हे मूर्खपणाचंच लक्षण म्हणावं लागेल. लोक मृत्यूसमयी तुळशीपान मागवून, टिळा लावून आणि दिवा लावून संबंधित इष्टदेवतांचे नाम (ज्ञान) ऐकवतात. हे सर्व कर्मकांड व्यर्थ आहे. परमेश्वराला (पृथ्वीलक्ष्य) प्राप्त करण्याचे प्रयत्न मृत्यूपूर्वीच करायला हवेत. वास्तविक, त्यासाठीच हे जीवन आहे.

३) कर्मकांड, उपास-तापास, पूजापाठ वगैरेसंबंधी मीरेने अप्रत्यक्षरीत्या अशी शिकवण दिली, 'माझं कुंकू, माझा पती हाच माझा कृष्ण, गिरीधर गोपाल आहे. जे आपल्या कुंकवाबद्दल, आपल्या सौभाग्याबद्दल साशंक असतील, त्यांनी खुशाल आपल्या कुंकवासाठी कुलदेवतेची पूजा करावी,' परंतु इतर लोकांनी पूजा करू नये, असे मीरेनं कधीच म्हटलं नाही, ज्या लोकांची पूजा करण्याची इच्छा असेल ते करू शकतात, असं ती म्हणायची.

४) मीरेची जन्मदिवसाबाबत अशी समज वा शिकवण होती, 'जन्मदिन साजरा केल्यानं काय होणार आहे? त्याऐवजी जन्म मिळाल्यानंतर जी बंधनं निर्माण झाली आहेत,

त्यातून मुक्त होण्यासाठी काय करायला हवं, हे समजून घेणं जास्त गरजेचं आहे. माणसाचा जन्म एक दुर्लभ अवसर असून, मनुष्यजन्म अनमोल प्रसाद आहे. जन्मदिवस साजरा करण्यासाठी माणसाने धांगडधिंगा घालण्यात वेळ घालवू नये. या वेळेचाही भक्तिसाधनेसाठी सदुपयोग करून बंधनातून मुक्त होण्यासाठी हा वेळ सत्कारणी लावावा.'

कर ना फकीरी...

कर ना फकीरी फिर क्या दिलगिरी
सदा मगन मैं रहना जी
कोई दिन गाड़ी न कोई दिन बंगला
कोई दिन जंगल में बसना जी
कर ना फकीरी फिर क्या दिलगिरी
सदा मगन मैं रहना जी
कोई दिन डोलिया, कोई दिन कलाई,
कोई दिन बोई पर लगना जी
मीरा कहे प्रभु गिरधर नागर,
आने पड़े सौ सहना जी
कर ना फकीरी फिर क्या दिलगिरी
सदा मगन मैं रहना जी
कोई दिन गाड़ी न कोई दिन बंगला
कोई दिन जंगल में बसना जी
कर ना फकीरी फिर क्या दिलगिरी
सदा मगन मैं रहना जी....

फकीरीच जर करायची तर का दिलगीर व्हावं
मनमौजीसम मग्न होऊनी जीवन मस्त जगावं
वस्ती वाडी कधी झोपडी कधी बंगल्यामध्ये
गाव कधी तर कधी नगर वा कधी जंगलामध्ये
घोड्यावरती स्वार कधी तर अंबारीतून झुलत कधी
कधी उन्हातून अनवाणी वा फुलाफुलातून कधी
पक्वान्नांचे ताट कधी तर कधी भुकेला कोंडा
गाद्या गिरद्या शय्येसाठी कधी निजेला धोंडा
कधी मलमली कधी भरजरी वस्त्रे अंगावरती
कधी फाटकी वस्त्रे अंगी लाज राखण्यापुरती
अलबेला अन् हरफन मौला अशीच याची वृत्ती
मीरेचा प्रभू गिरिधर नागर असा हवा मज पती

२८

सच्चा गुरू, मदमस्त मन आणि ईश्वरदर्शन

अज्ञानाचा बुरखा

'लोक काय म्हणतील?' या गोष्टीची मीरेनं आयुष्यभर फिकीर केली नाही, कधीही भीती बाळगली नाही. कारण तिला हे चांगलं ठाऊक होतं, की केवळ या भीतीमुळंच माणूस परमेश्वरापासून दूर राहतो. लोक काय म्हणतील, या भीतीपोटीच तो आपल्या मनावरील अज्ञानाचा बुरखा काढू न शकल्यानंच तो ईश्वरदर्शनाला मुकतो.

१) मीरा म्हणते, हा अज्ञानाचा बुरखा काढून टाकणं गरजेचं आहे. केवळ त्यामुळंच तर आपले एवढे जन्म वाया गेले. चौऱ्याऐंशी लाख योनींच्या चक्रातच आपण गुरफटल्यानं बुरख्यातच राहिलोत. किमान आता तरी तो पडदा दूर करून अज्ञानरूपी बुरखा काढून टाकायला हवा. इथं बुरखा किंवा पडदा हा शब्द तिनं 'अज्ञान' याअर्थी वापरला आहे. ईश्वरापुढं व्यक्तीचं अज्ञान, अहंकाराचं अज्ञान, मान्यता, प्रणाल्या आहेत, म्हणून हा पडदा दूर व्हायला हवा.

२) मीरा साधुसंतांचा फार आदर करायची. म्हणूनच ती म्हणते, 'साधुसंत हेच माझे माता-पिता आहेत, स्वजन आहेत, माझे स्नेही आणि ज्ञानीही आहेत. मी तर त्यांच्या हाती विकली गेली आहे, मी त्यांना शरण गेले आहे. आता मी केवळ त्यांच्या चरणांशीच आहे.

३) मीरेनं आपल्या पदांद्वारे, गुरूंचं महत्त्व वेळोवेळी सांगितलं आहे. ती म्हणते- 'गुरूंनीच माझ्या अंतरंगातील आरसा चकचकीत केला. जणू हा दर्पण आधी बाहेरच्या बाजूला होता, पण आता तो फिरवून आतल्या बाजूला केल्यानं त्यात स्वदर्शन होऊ लागलंय.

४) मीरेनं आपल्या पदात एके ठिकाणी असं म्हटलं आहे, 'गुरूंनी असं काही शरसंधान केलं, की ज्या बाणाच्या अग्रावर विरहाचा लेप लावलेला होता, त्याच विरहाने घायाळ होऊन मीरा योगिनी बनून भटकत आहे.'

५) आपल्या गुरूंशी बोलताना मीरा म्हणायची, 'मन हे एखाद्या मदमस्त हत्तीसारखं आहे. कृपया आपण आपला हात माझ्या माथ्यावर असा ठेवा, जसा माहूत हत्तीच्या गंडस्थळाला अंकुश लावतो. केवळ त्यामुळंच हे मन शांत राहून, मोहमायेचे सर्व रंग फिके पडतील.'

६) सद्गुरूंच्या संगामुळे, सत्संगामुळे माझं जन्म-मरणाचं दुःख केवळ हलकंच झालं नाही तर दूरही झालं. संतांचा काफिला हीच माझी यात्रा आहे. संतांचा समुदाय हेच माझं माहेर आहे. मी परमेश्वराच्या गुणांचं ज्ञान संतांच्या सहवासात राहूनच प्राप्त केलं आहे. म्हणूनच मी संतांच्या चरणांची धूळ होऊ इच्छिते.

७) 'माणसाच्या अंतर्यामीच परमेश्वर आहे. मनात येईल तेव्हा, इच्छा होईल तेव्हा तो त्याचं दर्शन घेऊ शकतो.' अशा प्रकारचं प्रबोधन, शिकवण त्या काळच्या संतांनी दिली. तशाच प्रकारचं ज्ञान मीरेनं स्वतःच्या शब्दांत, शैलीत मांडलं आहे.

माई मैं तो लियो है साँवरिया मोल...

माई मैं तो लियो है साँवरिया मोल।
कोई कहै हलको, कोई कहै भारो,
मैं तो लियो है तराजू तोल।
कोई कहै सोगो, कोई कहै मैगो,
मैं तो लियो है अमोलख मोल।
कोई कहै छानै, कोई कहै चोड़े,
मैं तो लियो है बजन्ता ढोल।
कोई कहै कारो, कोई कहै गोरो,
मैं तो लियो है अंखियाँ खोल।
'मीरा' के प्रभु गिरधर नागर,
म्हांरे पूरब जनम को कोल।

२९

भक्तीची दृष्टी

वियोगाचा परिणाम

मीरेच्या जीवनात जी काही संकटं आली, त्या प्रत्येक संकटाकडं तिनं वेगळ्या दृष्टिकोनातून पाहिलं. त्याचं एकमेव कारण म्हणजे तिच्या जीवनात सत्याची अभिव्यक्ती होऊ लागली होती. सर्वसामान्य माणसं ज्या नजरेनं संकटांकडे, समस्यांकडे पाहतात तसं तिनं पाहिलं नाही. जेव्हा लोकांना योग्य दृष्टिकोन लाभतो, तेव्हाच ते नीरक्षीर भूमिकेतून बघू शकतात व भक्तीच्या नावावर केलं जाणारं कर्मकांड संपुष्टात येतं. त्यातील भ्रामकपणा त्यांना समजू लागतो. कारण आता त्यांचा बघण्याचा दृष्टिकोन बदललेला असतो. कर्माचा अंत झालेला असतो आणि खऱ्या अर्थानं भक्तीची अभिव्यक्ती सुरू झालेली असते. आपणही मीरेच्या दृष्टिकोनातून पाहण्याचा प्रयत्न केलात, तर तुम्हालाही तेच दिसेल, जे मीरेला दिसत होतं. आपण मीरेच्या शिकवणीचा अभ्यास कराल, मीरेची शिकवण समजून घ्याल, तर आपल्या हे लक्षात येईल,

'जग तसं नाही जसं ते आपणास दिसतं
उलट जग तसं आहे, जसे आपण आहात.'

आपण नेहमीच इतरांमध्ये बदल घडवून आणण्याचा प्रयत्न करतो आणि त्यातच आपला वेळ खर्च करतो. खरंतर हा वेळ आपण स्वतःमध्ये बदल घडवून आणण्यासाठी वापरायला हवा. बऱ्याचदा आपण इतर लोकांमध्ये सुधारणा घडवून आणण्यासाठी, त्यांना मार्गदर्शन करण्यासाठी धडपडत असतो. त्यांच्या चुकांवर आपलं बारीक लक्ष असतं. परंतु 'लोका सांगे ब्रह्मज्ञान स्वतः मात्र कोरडे पाषाण' अशीच काहीशी आपली अवस्था असते. 'दुसऱ्याचं कुसळ दिसतं, पण स्वतःचं मुसळ दिसत नाही.' इतरांच्या बारीकसारीक चुका दाखवून त्यावर शहाणपणाचं भाष्यही करीत असतो. शिवाय, ते केवळ भाष्य नसून एखाद्या निष्णात पुढाऱ्यानं करावं, तशा भाषणासारखं ते असतं.

म्हणून इतरांकडं पाहण्यापूर्वी प्रथम आपल्या अंतःकरणात डोकावणं गरजेचं आहे. आधी आपली नजर आत्मविकासावर केंद्रित करायला हवी.

लोकांना पाहण्यासाठी आपण आपल्या मनःचक्षूंवर पारदर्शी (भक्तीचा) चष्मा चढवला, तर जो जसा आहे तसा आपल्याला दिसेल. म्हणजे केवळ सत्यच दिसेल. दिखाऊ सत्य त्वरित विलीन होईल.

कुठल्याही माणसाबाबतीत मत बनवण्याआधी प्रथम स्वतःलाच विचारा, 'मी त्या माणसाबद्दल जो विचार करीत आहे, तो माणूस खरोखरच तसा आहे का? की माझ्या अज्ञानामुळं मला तो तसा वाटतोय? केवळ हा एक प्रश्न स्वतःला विचारताच लोकांच्या चमत्कारिक वागण्यामुळे होणारे सर्व त्रास नाहीसे होऊन आपली अस्वस्थता नाहीशी होईल. मग मात्र आपण पूर्वग्रहदूषित न होता भक्तीच्या दृष्टीनं त्याच्याकडे पाहू शकाल. आपण जर आपला स्वभाव भक्तीच्या भावनेतून बदलू शकलो, तर अवघे जग आपल्यासाठी या क्षणापासूनच बदलत असल्याची जाणीव होईल. मीरेच्या बाबतीतही असंच घडलं होतं.

१) मीरेच्या दृष्टीनं जगात परका पुरुष असा कोणी नव्हताच. ती म्हणायची, 'इथं परपुरुष कोण आहे? सर्व भक्तगणच आहेत. अवघ्या ब्रह्मांडात एकच पुरुष आहे. तुमच्या दृष्टीनं पुरुष कोण आणि स्त्री कोण? तुम्ही कोणाला पुरुष समजता आणि कोणाला स्त्री समजता? अवघ्या ब्रह्मांडात कृष्ण हा एकमेव पुरुष असताना हे दुसरे पुरुष आले कुठून? यातून मीरेला एवढंच सांगायचं होतं, या संसारात केवळ कृष्णावरच लक्ष केंद्रित करून त्याच्यावरच ध्यान एकाग्र करायला हवं. माणसाने स्वतः स्त्री बनून कृष्णाची प्राप्ती केली पाहिजे.

२) मीरेनं जर असं म्हटलं, 'माझ्यासमोर त्या राधेचं नाव घेऊ नका,' तर त्यामागील उद्देश, लोकांनी एकनिष्ठ राहून प्रेम आणि भक्ती करायला हवी, असा आहे. ही भावना जागृत करण्यासाठी तिनं असं विधान केलं होतं. माणसाचं ध्यान भक्तीवर इतकं केंद्रित व्हायला हवं, की त्याला भक्तिव्यतिरिक्त अन्य काही दिसताच कामा नये.

३) मीरा स्वतःबद्दल बोलताना असं म्हणते, 'माझा एकच धर्म आहे आणि तो म्हणजे सत्य. माझा कृष्ण, तोच माझा पती आहे; माझ्या दृष्टीनं एकमेव सत्यच महत्त्वाचं आहे. बाकी हा भवसागर, संसार वगैरे सर्व मिथ्या आहे. माझ्या नावाशी

हरीचं नाव निगडित असून, कृष्णाशी जोडलेलं आहे. मी माझं सर्वस्व माझ्या गिरीधर गोपााळाला समर्पित केलं आहे. मी गिरीधराची कवनं गाईन, माझं नातं तर सत्याशी, प्रेमाशी, कृष्णाशी आहे. कारण मी सती नसून सत्य आहे; सत्य माझ्यासोबत आहे, सत्य माझ्या नसानसातून वाहत आहे.'

४) मीरा म्हणते, 'विरहातही आनंद आहे आणि वियोगातही. जर वियोगानं, दुराव्यानं भक्ती वाढत असेल आणि मीलनानंतरही पुन्हा वियोगच असेल, तर मग वियोग केव्हाही सर्वोत्तमच.

दुराव्यानंतरही आपण तेजप्रेमाच्या छायेत राहू शकतो. भेटीनंतर जो आनंद मिळतो, तसाच आनंद न भेटतासुद्धा प्राप्त करू शकतो. हाती आलेलं फळ जर सुटलं, तर लोकांना अधिक दुःख होतं. पण जर फळ मिळालंच नाही, तर आपण अधिक स्वाभाविक राहू शकतो. याचाच अर्थ विरहामध्ये आपण काहीच गमावत नसतो. मीरेच्या जीवनातून, जगण्यातून आपण हाच बोध घ्यायचा, की विरहातही प्रेमाचा आनंद उपभोगता येतो आणि तो कसा घ्यावा, हेच मीरेचं जीवन निर्देशित करतं.

५) मीरेची भक्ती ही तेजभक्ती आहे, म्हणून ती आपल्या पदातून कृष्णाला म्हणते, 'तुला जायचे असेल, तर तू खुशाल जा, चंदनाच्या लाकडांनी मी माझी चिता स्वतः रचते. तू फक्त चूड लावण्याचं काम कर व नंतर जी राख उरेल ती स्वतःच्या अंगावर फासून घे. पण, ही काही अट नाही. हेसुद्धा जर तुझी इच्छा झाली तरच कर.'

मेरे प्रियतम प्यारे राम कूं लिख भेजूँ रे पाती...

मेरे प्रियतम प्यारे राम कूं

लिख भेजूँ रे पाती (पत्र) ।।

स्याम सनेसो (सन्देश) कब हूँ न दीन्ही,

जानि बूझ गुझबाती (गुप्त)।

डगर बुहारूँ पंथ निहारूँ,

जोइ जोइ आँखियाँ राती।

राति दिवस मोहि कल न पड़त है।

हीयो फटत मेरी छाती।

'मीरा' के प्रभु कबरे मिलोगे,

पूरब जनम का साथी।

३०

मीरेचं जीवन आणि उपसंहार

मीरा ते द मीरा

या जगात जे सत्यावर प्रेम करतात, त्यांचा छळ करणाऱ्यांना नियती कधीच माफ करीत नाही. त्यांना त्यांच्या कर्मांची फळं भोगावीच लागतात, याला इतिहास साक्षी आहे. मीरेच्या घरातीलच उदाहरण पाहा. मीरा राजमहाल सोडून गेल्यावर विक्रमादित्याची अवस्था अशी काही झाली, की त्याला उर्वरित आयुष्य लपत-छपत, भीत-भीत जगावं लागलं. इतकंच नाही, तर पुढे त्याचा अंतसुद्धा फारच वाईट झाला. त्याच्याच सख्ख्या भावांनी त्याला मारलं.

मीरेच्या जीवनातील घटना आणि त्यांच्याशी निगडित असलेल्या गोष्टी आपण विस्ताराने समजून घेतल्या. मीरेनं आपल्या आयुष्यात मुख्यत्वे सत्यप्रबंधकाची भूमिका केली. तिनं गुरूंची भूमिका केली नाही. तिचे कोणी शिष्यही नव्हते. तिचा कोणी वारसही नव्हता. तिच्या प्रबोधनाचं एक खास वैशिष्ट्य होतं. तिनं आपल्या पदांतून कधी मूर्तिपूजेचं महत्त्व पटवून सांगितलं, तर कधी त्याचं खंडनही केलं. याचं कारण म्हणजे तिच्या वेगवेगळ्या ठिकाणांच्या भ्रमंतीमध्ये समोर जसे लोक भेटतील त्यांच्या मानसिकतेप्रमाणं, त्यांना आकलन होईल, अशा पद्धतीनं ती पदं गात असे व तशी त्यांना शिकवणही देत असे.

मीरेनं आपल्या प्रबोधनात सत्संगाला सर्वांत जास्त महत्त्व दिलं. तिनं विशेषत: माणूस कर्माच्या बंधनात कसा अडकून पडलाय, या गोष्टीवर अधिक भर दिला.

आत्म्यानं चौऱ्याऐंशी लाखांचा चुडा भरला आहे. आत्मा जेव्हा हा चुडा काढेल, तेव्हाच बुरखा बाजूला सरकून त्या आत्म्याचा विवाह संपन्न होईल. त्यानंतर इतर सुवासिनी आत्मे या आत्म्याला विचारतील, 'इतके दिवस तू कुमारिका कशी काय राहिलीस?'

तेव्हा आत्मा म्हणेल, 'मला गुरू भेटलेच नाहीत. मी काय करणार? नाइलाजास्तव मला अविवाहित राहावं लागलं.' अशा प्रकारचे दाखले मीरेच्या पदातून आढळतात. अशा उदाहरणांमुळं लोकांना ज्ञानप्राप्तीसाठी त्यांनी प्रयत्न करावेत, गुरूंकडून जी काही आज्ञा मिळेल त्याप्रमाणे कार्यरत व्हावं, अशी प्रेरणा मिळते.

मीरेच्या भक्तीसंदर्भातील सर्व गोष्टी आपण या पुस्तकात मोठ्या आवडीने, प्रेमाने वाचल्यात. कारण प्रेम आणि भक्ती हाच मीरेचा एकमेव मार्ग होता. मीरा म्हणते, 'भक्तीनेच परमेश्वरप्राप्ती होऊ शकते.'

आपल्या गुरूंशी बोलताना ती म्हणायची, 'मन हे एक मस्तवाल हत्तीसारखं आहे. माहुत हत्तीला काबूत ठेवण्यासाठी जसा त्याच्या गंडस्थळावर अंकुश ठेवतो तसा आपला हात माझ्या मस्तकावर ठेवा; जेणेकरून हे मदमस्त मन शांत व्हावं, मायेचे सर्व रंग फिके पडावेत. माणसाच्या आतच परमेश्वराचा वास आहे. त्याचं दर्शन माणूस हवं तेव्हा करू शकतो. ही आणि अशा प्रकारची शिकवण त्या काळातील सर्वच वेगवेगळ्या संतांनी दिली. मीरेनंही तीच शिकवण आपल्या शैलीत, आपल्या शब्दांत व्यक्त केली.

त्या काळी रामानंद स्वामींचे नाव सर्वदूर झालं होतं. कारण त्यांचा शिष्यपरिवार फार मोठा होता. त्यांच्या अनेक शिष्यांपैकी कबीर हे एक शिष्य होते. त्याकाळी काही लोकांनी सगुण भक्तीला महत्त्व दिलं होतं, तर काहींनी निर्गुण भक्तीला प्राधान्य दिलं. कबीरानं निर्गुण भक्तीबद्दल अधिक भाष्य केलं, तर मीरेनं सगुण भक्तीला अधिक महत्त्व देऊन त्याविषयी आपल्या पदांतून मांडलं. प्रत्येक संताचा उद्देश एकच होता आणि तो म्हणजे येन-केन प्रकारे माणसाला भक्तीचा नजराणा मिळावा. मीरेच्या जीवनातून अस्सल भक्तीची सारी रूपं समोर आली आहेत. ५०० वर्षांपूर्वी संपूर्ण भारतवर्षात भक्तीची एक जबरदस्त लाट आली होती. आज पुन्हा एकदा समाजामध्ये तशीच भक्तिभावना कशी जागृत करता येईल? माणसाचा स्वभाव बऱ्यापैकी 'श्वानपुच्छ...'सारखाच असल्याचा दिसून येतो. लोकांना जर खऱ्या अर्थाने भक्ती समजली, भक्तीविषयी जाण आली, तरच ते आपल्या जीवनात भक्ती आत्मसात करू शकतील.

जसं, अभिमन्यूला आईच्या उदरात असताना ज्ञान मिळालं, तसंच मीरेवरही तिच्या आजोबांमुळे आईच्या उदरात असतानाच उत्तम संस्कार झाले. खासकरून दोन घटनांमुळे तिचं जीवन आमूलाग्र बदललं. पहिली घटना म्हणजे कृष्णाची मूर्ती पाहून तिच्या अंतर्मनात भावनेचा प्रभाव वाढला. कारण ज्याची आराधना ती जीवनभर करणार होती

तोच तिच्या पुढ्यात होता. दुसरी घटना अशी, की जेव्हा तिला तिच्या आईकडून 'कृष्णच तिचा पती आहे,' असं ऐकायला मिळालं, तेव्हा हीच गोष्ट तिच्या प्रेमसमाधीचं कारण बनली.

मीरेनं जेव्हा रीतसर संगीत शिकलं, ज्ञान प्राप्त केलं, तेव्हा तिच्या गुरूंना वाटलं, मीरेला या सर्व गोष्टींचं उपजतच ज्ञान आहे. आधीपासूनच या सर्व गोष्टी तिला ज्ञात आहेत. मीरेचं एक खास वैशिष्ट्य म्हणजे ती बोलू लागताच कधी तिच्यात बुद्ध डोकवायचा, तर कधी राधेचा भास व्हायचा. मीरेमध्ये बुद्ध आणि राधेचा संगम झाला होता.

प्रस्तुत पुस्तकातून मीरेचे, तिच्या जीवनाचे निरनिराळे पैलू आपल्यासमोर सादर करण्यात आले. इतकी सारी कट-कारस्थानं तिच्याबाबतीत रचली गेली. प्राणांवर बेतणारे अनेक प्रसंग तिच्यावर ओढवले, तरीपण ती एखाद्या दलदलीतल्या कमलपुष्पाप्रमाणे अलिप्त, निर्लेप राहिली. सर्व गोष्टींपासून विरक्त राहिली. मीरेच्या पतीचे निधन झाल्यावर प्रथेप्रमाणं तिनं सती जावं म्हणून घरच्या, बाहेरच्या लोकांनी व राजपुरोहितांनीसुद्धा खूप प्रयत्न केले. पण, मीरा आपल्या निर्धारापासून तसूभरही ढळली नाही. तिनं कोणाचंच ऐकलं नाही. मीरेला जर ज्ञान नसतं किंवा ती अज्ञानाच्या बुरख्यातच राहिली असती, तर एवढं धाडस कधीच करू शकली नसती. तिला इतक्या समस्यांना तोंड देणं अशक्य झालं असतं. तिच्यात एवढी प्रचंड ऊर्जा, शक्ती आली ती केवळ भक्तीमुळेच. मीरा तर साक्षात् परमेश्वरालाच पती मानत असल्यामुळे स्वतः सुवासिनी असल्याबद्दल तिच्या मनात शंकेची पाल चुकचुकण्याचं कारणच नव्हतं. ती सतत सत्संगाचे आयोजन करीत राहिली, लोकांना प्रबोधनाचा लाभ देत राहिली. वेळोवेळी तिच्यावर अनेक अत्याचार झाले, तिला जीवानिशी मारण्याचासुद्धा अनेकदा प्रयत्न करण्यात आला. पण, केवळ तिच्यातील भावनांमुळं, भक्तीमुळं व इतर शुभचिंतकांमुळं ती सुरक्षित राहिली; अन्यथा तिला आपले प्राण कधीच गमवावे लागले असते. जे कोणी तिच्या सहवासात आले ते नखशिखांत बदलले, मग ती भुते असोत, नणंद उदाबाई असो अथवा नेमलेले मारेकरी असोत, त्या सर्वांचंच हृदयपरिवर्तन झालं.

रावणानं सीतेचं हरण करून तिला अशोकवाटिकेत कैद करून ठेवलं होतं. परंतु सीता त्या वाटिकेतून जेव्हा बाहेर पडली, तेव्हा ती अधिक तेजस्विनी बनली होती. तिची आभा पूर्वीपेक्षा अधिक प्रखर झाली होती. मीरेच्या बाबतीतसुद्धा तसंच घडलं; सर्व अडथळे

पार करून, अगणित संकटांवर मात करून ती भक्तीच्या उत्तुंग शिखरावर पोहोचली.

सासरच्या त्रासाला कंटाळून अखेर ती माहेरी आली. तिथंसुद्धा सत्संगाचं आयोजन करणं अशक्य असल्याचं निदर्शनास येताच तिनं माहेरही सोडलं आणि सरळ वृंदावनाला निघून गेली. त्यानंतर मथुरेला गेली, रणछोड मंदिरात राहून तिथंच मूर्तीत सामावून गेली. या सर्वच घटना, प्रसंग म्हणजे मीरेचा स्वभाव, स्वर, स्वसेवा आणि कृष्णभक्ती, तिच्या भावनांच्या प्रभावाचे प्रतिबिंब दाखवणारे आरसे होत. हाच प्रभाव मीरेला 'द मीरा-द हिमालया ऑफ भक्ती'च्या स्थानावर आरूढ करतो.

हे पुस्तक वाचल्यानंतर आपला अभिप्राय कृपया या पत्त्यावर अवश्य पाठवा.
Tej Gyan Global Foundation,
Pimpri Colony Post Office,
P. O. Box 25, Pune - 411 017. Maharashtra (India).

द मीरा परिशिष्ट

भक्तिभाव - अभिव्यक्ती

भजन

भक्तामध्ये भक्ती जागृत होत नाही, तोपर्यंत त्याला भक्ती आवडत नाही; परंतु एकदा भक्ती जागताच त्याला भक्तीशिवाय अन्य काहीच आवडत नाही. भक्तीची उत्तुंगता, विश्वास आणि श्रद्धा या कारणांमुळे भक्त-मीरेचं नाव निर्भय भक्तांच्या यादीत घेतलं जातं.

भक्तीची अभिव्यक्ती होऊ लागते, तेव्हा मुखातून भजन निघू लागतं, माणूस कीर्तन करू लागतो, नृत्यात दंग होतो, इतकंच नाही, तर त्याच्या डोळ्यांतून अश्रू झरू लागतात. हर्ष, उत्सव, मौन, ध्यान, सेवा, प्रार्थना या सर्व गोष्टी भक्तीच्या अभिव्यक्तीमध्येच शक्य होतात. सगळे भक्त आपापल्या परीनं भक्ती प्रकट करीत असतात.

भजन म्हणजे कमीतकमी शब्दांत जास्तीत जास्त प्रकटलेलं ज्ञान. भजन हे भाव व्यक्त करण्याचं एक उत्तम माध्यम असून, ती एक कलाही आहे.

स्वर, साज, शब्द, संगीत आणि भावना या सर्वांचं यथायोग्य मिश्रण म्हणजे भजन. जेव्हा भजन गायलं जातं, तेव्हा अहंकाराला भक्तिभावात लीन होण्याची संधी मिळते. अहंकाराचं लीन होणं अतिशय महत्त्वाचं आहे. एखाद्यासमोर झुकणं जितकं महत्त्वाचं नाही, तितकं अहंकाराचं लीन होणं महत्त्वपूर्ण आहे. भजनाचा इतका प्रभाव आहे, की भजन गायल्यामुळे अहंकाराची समर्पित होण्याची क्रिया गतिशील होते. म्हणूनच भजनाला आजही इतकं महत्त्व दिलं गेलं आहे. भक्तीमुळे जर अहंकाराचं विसर्जन होत असेल, तर भजन हे मनाचं भंजन असतं; अन्यथा मनोरंजन ठरतं.

भजन म्हणजे प्रशंसा, सृष्टीच्या त्या निर्मात्याची, पालनकर्त्याची स्तुती, स्तवन. मीरासुद्धा भक्तिरसात आकंठ बुडून असंख्य कविता आणि भजनं लिहिण्यात मग्न

असायची. तिचा बराच वेळ असा कारणी लागायचा. कालक्रमणानुसार, पुढे-पुढे तिच्या भजनांचे भाव अधिक गहिरे होत गेले, तिच्या भक्तीचे रंग अधिक गडद होत गेले. तिच्या या अभिव्यक्तीचा, भजनांचा, कवितांचा, कवनांचा, पदांचा लाभ आज कित्येक लोकांना होत आहे.

या ग्रंथाच्या माध्यमातून आपण मीरेच्या भक्तीची प्रशंसा, गुणगान वाचले. चला तर मग किमान मीरेची काही भजनं तरी समजून घेण्याचा प्रयास करा... मीरेच्या भजनांमध्ये राजस्थानी, मारवाडी, हिंदी, पंजाबी अशा विविध भाषांतील शब्दांचा समावेश आहे. तेव्हा भजनातील भाव, शब्द, अर्थ यांवर लक्ष देऊन त्यातील सखोलता जाणायला हवी.

पिया इतनी बिनती सुनो मोरी...

पिया इतनी बिनती सुनो मोरी।
कोई कहियो रे जाय॥
औरन सूँ (औरों से) रस बतियाँ करत हो,
हम से रहै चित्त चोरी।
तुम बिन मेरे और न कोई,
मैं सरनागत तोरी।
आवन कह गए अजहूँ न आए,
दिवस रहे अब थोरी।
'मीरा' के प्रभु कब रे मिलोगे,
अरज करूँ कर जोरी (हाथ जोड़कर)॥

आली साँवरो की दृष्टि...

आली (सखी) साँवरो की दृष्टि,
मानूँ प्रेम री कटारी हें।
लगन बेहाल भई तन की, सुधि बुद्धि गई।
तनह में व्यापी (व्यापत हो गई) पीर,
मन मतवारी हें।
सखियाँ मिलि दोय च्यारी, बावरी भई हें सारी।
हौं तो वाको नीको जानों, कुंज को बिहारी हें।
चन्द को चाकोर चाहै, दीपक पतंग दाहें।
जल बिना मरै मीन ऐसी प्रीत प्यारी हें।
बिन देस्याँ कैसे जीवें कल न पड़त हीयै।
जाय वाकूँ ऐसे कहियौ, मीरा तो तिहारी हें।

साँवरी सुरत मण रे बसी...

साँवरी सुरत मण रे बसी।
गिरधर ध्यान धराँ रात-दिन,
मण मोहण म्हारे बसी।
कहा कराँ कित जावाँ सजणी,
म्हातो स्याम डसी (कृष्ण विरह व्याप्त है)।
'मीरा' रे प्रभु कबरे मिलोगे,
नित्य नव प्रीत रसी।

माई साँवरे रंग राँची...

माई साँवरे रंग राँची।
साज सिंगार बाँध पग घूँघर,
लोक-लाज तज नाची।
गयाँ कुमत (कुबुद्धि) लयाँ साधाँ, संगत,
स्याम प्रीत जग सांची।
गायाँ गायाँ हरि गुण निस दिन,
काल व्याल (साँप) की बाँची (बच गई)।
श्याम बिणा जग खारा लागै,
जगरी बाताँ काँची।
'मीरा' सिर गिरधर नट नागर,
भगति रसीली जाँची।

आली मोसों हरि बिन रह्यो न जाय...

आली मोसों हरि बिन रह्यो न जाय।
सास लड़ै मेरी ननंद खिजावै (चिढ़ाए)।
राणा रह्या रिसाय (क्रोधित हुए)।
पहरो भी राख्यो चौकी बिठार्यो,
ताला दियो जड़ाय।
पूर्व जनम की प्रीत पुराणी,
सो क्यूँ छोड़ी जाय।
'मीरा' के प्रभु गिरधर नागर,
अवरू (दूसरा) न आनै म्हांरी दाय (पसंद)।

आण मिल्यो अनुरागी गिरधर...

आण मिल्यो अनुरागी (प्रेमी) गिरधर,
आण मिल्यो अनुरागी।
सांसों सोच अंग नहिं अब तो,
तृष्णा द्विविधा त्यागी।
मोर मुकुट पीताम्बर सोहै,
स्याम वरना बड़ भागी।
जनम-जनम के साहिब मेरो,
वाही से लौ लागी।
अपण पिया संग हिलमिल खेलूँ
अधर सुधारस पागी (पीना)।
'मीरा' के प्रभु गिरधर नागर,
अब के भई सुभागी।

पलक न लागै मेरी स्याम बिना...

पलक न लागै मेरी स्याम बिना।

हरि बिनु मथुरा ऐसी लागै,

शशि (चन्द्रमा) बिन रैन अंधेरी।

पात-पात वृन्दावन ढूँढ्यो,

कुंज-कुंज ब्रज केरी (दासी)।

ऊँचे खड़े मथुरा नगरी,

तले बहै जमना गहरी।

'मीरा' के प्रभु गिरधर नागर,

हरि चरणन की चेरी (दासी)।

रूप देख अटकी...

रूप देख अटकी,
तेरो रूप देख अटकी।
देह तें बिदेह (देह-विहीन) भई,
गिर गई सिर मटकी।
मात-पिता भ्रात बन्धु,
सब ही मिल हटकी (रोकी)।
हिरदा तें टरत नाहिं,
मूरति नागर नट (कृष्ण) की।
प्रगट भायो पूरन नेह
लोक जाने भटकी।
मीरा प्रभु गिरधर बिन,
कौन लहे (जाने) घट की (मन की)।

एक अल्प परिचय
सरश्री

स्वीकार मुद्रा

सरश्रींचा आध्यात्मिक शोधाचा प्रवास त्यांच्या बालपणापासूनच सुरू झाला होता. हा शोध सुरू असतानाच त्यांनी अनेक प्रकारच्या पुस्तकांचं अध्ययन केलं. त्याचबरोबर या शोधकाळात त्यांनी अनेक ध्यानपद्धतींचा अभ्यासही केला. त्यांच्यातील या जिज्ञासेने त्यांना अनेक वैचारिक आणि शैक्षणिक संस्थांमध्ये जाण्यासाठी प्रेरित केलं. जीवनाचं रहस्य समजण्यासाठी त्यांनी **प्रदीर्घ काळ मनन करून आपलं शोधकार्य सातत्याने सुरू ठेवलं.** या शोधातूनच त्यांना 'आत्मबोध' प्राप्त झाला. आत्मसाक्षात्कारानंतर त्यांना जाणवलं, की **अध्यात्माचा प्रत्येक मार्ग ज्या शृंखलेने जोडलेला आहे, तो म्हणजे 'समज'** (Understanding). आत्मबोधप्राप्तीनंतर त्यांनी अध्यापनाचं कार्य थांबवलं आणि जवळ जवळ दोन दशकांहूनही अधिक काळ आपलं समस्त जीवन अखिल मानवजातीच्या आध्यात्मिक विकासासाठी अर्पण केलं.

सरश्री म्हणतात, ''सत्यप्राप्तीच्या सर्व मार्गांचा प्रारंभ जरी वेगवेगळ्या मार्गांनी होत असला, तरी सर्वांचा अंत मात्र एकच समज प्राप्त केल्याने होतो. ही **'समज'च सर्व काही असून ती स्वतःमध्ये परिपूर्ण आहे. आध्यात्मिक ज्ञानप्राप्तीसाठी या 'समजे'चं श्रवणच पुरेसं आहे.''** ही समज प्रकाशमान करण्यासाठी आजपर्यंत त्यांनी **आध्यात्मिक विषयांवर तीन हजारांहून अधिक प्रवचनं दिली आहेत.** या प्रवचनांद्वारे ते अध्यात्मातील अतिशय गहन संकल्पना सहज, सुलभ आणि व्यावहारिक भाषेत समजावून सांगतात. समाजातील प्रत्येक स्तरावरील मनुष्य सरश्रींद्वारे सांगितल्या जाणाऱ्या या समजेचा लाभ घेऊ शकतो.

ही समज प्रत्येकाला आपल्या अनुभवातून प्राप्त व्हावी, यासाठी सरश्रींनी **'महाआसमानी परमज्ञान शिबिर'** आणि त्यासाठी आवश्यक असणारी कार्यप्रणाली (सिस्टिम) तयार केली. **तिचा लाभ आज लाखो लोक घेत आहेत.** या प्रणालीला आय.एस.ओ. (ISO 9001:2015) प्रमाणपत्रही लाभलंय. या प्रणालीमुळेच अनेकांना

सत्यमार्गावर वाटचाल करण्याची प्रेरणा मिळाली आहे. या समजेचा प्रचार आणि प्रसार करण्यासाठी त्यांनी 'तेजज्ञान फाउंडेशन' या आध्यात्मिक संस्थेचा पाया रचला. **'हॅपी थॉट्सद्वारे उच्चतम विकसित समाजाची निर्मिती करणे,'** हेच या संस्थेचं मुख्य उद्दिष्ट आहे.

विश्वातील प्रत्येक मनुष्य आज सरश्रींच्या मार्गदर्शनाचा लाभ घेऊ शकतो. त्यासाठी कोणत्याही धर्म, जात, उपजात, वर्ण, पंथ वा लिंग यांचं बंधन नसतं. विश्वाच्या प्रत्येक कानाकोपऱ्यांतील लोक आज 'तेजज्ञान'च्या अनोख्या ज्ञानप्रणालीचा (System for Wisdom) लाभ घेत आहेत. याच व्यवस्थेचा आणखी एक महत्त्वपूर्ण भाग म्हणजे, **दररोज सकाळी आणि रात्री ९ वाजून ९ मिनिटांनी लाखो लोक विश्वशांतीसाठी प्रार्थना करत आहेत.**

बेस्ट सेलर पुस्तक 'विचार नियम' शृंखलेचे रचनाकार म्हणूनही सरश्रींना ओळखलं जातं. **केवळ पाच वर्षांच्या कालावधीत या पुस्तकाच्या १ कोटीपेक्षा अधिक प्रती** वितरित झाल्या आहेत. याशिवाय आजवर त्यांनी विविध विषयांवर **१०० हून अधिक पुस्तकं लिहिली** आहेत. त्यांपैकी 'विचार नियम', 'स्वसंवाद एक जादू', 'शोध स्वतःचा', 'स्वीकाराची जादू', 'निःशब्द संवाद एक जादू', 'संपूर्ण ध्यान' इत्यादी पुस्तकं बेस्ट सेलर झाली आहेत. ही पुस्तकं दहापेक्षा अधिक भाषांमध्ये अनुवादित असून, पेंगुइन बुक्स, हे हाउस पब्लिशर्स, जैको बुक्स, मंजुळ पब्लिशिंग हाउस, प्रभात प्रकाशन, राजपाल ॲण्ड सन्स, पेंटागॉन प्रेस आणि सकाळ प्रकाशन इत्यादी प्रमुख प्रकाशन संस्थांद्वारे ती प्रकाशित झाली आहेत.

तेजज्ञान फाउंडेशन परिचय

तेजज्ञान फाउंडेशन आत्मविकासातून आत्मसाक्षात्कार प्राप्त करण्याचा एक मार्ग आहे. यासाठी सरश्रींद्वारा एक अनोखी बोधप्रणाली (System for Wisdom) निर्माण झाली आहे. या प्रणालीला आंतरराष्ट्रीय प्रमाणपत्राद्वारे ISO 9001:2015च्या आवश्यकतेनुसार आणि निकष पडताळून सरळ, व्यावहारिक आणि प्रभावी बनवलं गेलं आहे.

या संस्थेच्या प्रबोधनपद्धतीच्या भिन्न पैलूंना (शिक्षण, निरीक्षण आणि गुणवत्ता) स्वतंत्र गुणवत्ता परीक्षकांद्वारे (Quality Auditors) क्रमबद्ध पद्धतीने पडताळलं गेलं. त्यानंतर या पैलूंना ISO 9001:2015 साठी पात्र समजून या बोधपद्धतीला हे प्रमाणपत्र प्रदान करण्यात आलं.

या फाउंडेशनचे लक्ष्य आहे नकारात्मक विचारांकडून सकारात्मक विचारांकडे वाटचाल. सकारात्मक विचारांकडून शुभ विचारांकडे म्हणजे हॅपी थॉट्सकडे प्रगती. शुभ विचारांकडून निर्विचार अवस्थेकडे मार्गक्रमण आणि निर्विचार अवस्थेच्या अंती आत्मसाक्षात्कार प्राप्ती. 'मी सर्व विचारांपासून मुक्त व्हावे' हा विचार म्हणजे शुभ विचार (हॅपी थॉट्स). 'मी प्रत्येक इच्छेपासून मुक्त व्हावे', अशी इच्छा म्हणजे शुभ इच्छा.

तेजज्ञान म्हणजे ज्ञान व अज्ञान या दोहोंच्या पलीकडचे ज्ञान. पुष्कळ लोक सामान्य ज्ञानाच्या (General Knowledge) माहितीलाच ज्ञान मानतात. परंतु अस्सल ज्ञान आणि नुसती माहिती यांत फार मोठे अंतर आहे. आजमितीला लोक सामान्य ज्ञानाच्या उत्तरांनाच जास्त महत्त्व देतात. अशा ज्ञानाचे विषय म्हणजे कर्म आणि भाग्य, योग आणि प्राणायाम, स्वर्ग आणि नरक इत्यादी. आजच्या युगात सामान्यज्ञान प्राप्त करणारे लोक, शिक्षक मोठ्या प्रमाणावर आहेत; परंतु हे ज्ञान ऐकून जीवनात परिवर्तन घडून येत नाही. असे ज्ञान म्हणजे केवळ बुद्धिविलास आहे किंवा अध्यात्माच्या नावावर चाललेला बुद्धीचा व्यायाम आहे.

सर्व समस्यांवरील उपाय आहे तेजज्ञान. क्रोध, चिंता आणि भय यांपासून मुक्त जीवन म्हणजे तेजज्ञान. शारीरिक, मानसिक, सामाजिक, आर्थिक आणि आध्यात्मिक प्रगतीचा, सर्वांगीण प्रगतीचा मार्ग आहे तेजज्ञान. तेजज्ञान आपल्या अंतरंगात आहे. येथे या आणि या गोष्टीचा अनुभव घ्या.

आपल्याला असे ज्ञान हवे आहे, की जे सामान्य ज्ञानापलीकडे आहे, जे प्रत्येक

समस्येवरील उत्तर आहे, जे प्रत्येक समजुतीपासून, गृहीत धारणांपासून आपल्याला मुक्त करते, ईश्वरी साक्षात्कार घडविते, अंतिम सत्यात स्थापित करते. आता वेळ आली आहे शाब्दिक, सामान्यज्ञानातून बाहेर येऊन तेजज्ञानाचा अनुभव घेण्याची!

आजवर जप-तप, तंत्र-मंत्र, कर्म-भाग्य, ध्यान-ज्ञान, योग-भक्ती असे अनेक मार्ग अध्यात्मात सांगितले आहेत. या सर्व मार्गांनी प्राप्त होणारी अंतिम समज, अंतिम ज्ञान, बोध एकच आहे. अंतिम सत्याच्या शोधकाला, साधकाला शेवटी जी एकच 'समज' प्राप्त होते, ती 'समज' श्रवणानेसुद्धा प्राप्त होऊ शकते. अशा समजप्राप्तीसाठी श्रवण करणे यालाच तेजज्ञान प्राप्त करणे म्हटले गेले आहे. तेजज्ञानाच्या श्रवणाने सत्याचा साक्षात्कार घडतो, ईश्वरीय अनुभव मिळतो. हेच तेजज्ञान सरश्री महाआसमानी शिबिरात प्रदान करतात.

महाआसमानी परमज्ञान शिबिर परिचय आणि लाभ (निवासी)

तुम्हाला सर्वोच्च आनंद हवाय? असा आनंद, जो कोणत्याही बाह्य कारणावर अवलंबून नाही... जो प्रत्येक क्षणी वृद्धिंगत होतो. या जीवनात तुम्हाला प्रेम, विश्वास, शांती, समृद्धी आणि परमसंतुष्टी हवी आहे का? शारीरिक, मानसिक, सामाजिक, आर्थिक आणि आध्यात्मिक अशा आयुष्याच्या सर्व स्तरांवर यशस्वी होण्याची तुमची इच्छा आहे का? 'मी कोण आहे' हे तुम्हाला अनुभवाने जाणावंसं वाटतं का?

तुमच्या अंतर्यामी अशा सर्व प्रश्नांची उत्तरं जाणण्याची इच्छा आणि 'अंतिम सत्य' प्राप्त करण्याची तृष्णा असेल, तर तेजज्ञान फाउंडेशनतर्फे आयोजित 'महाआसमानी शिबिरा'त तुमचं स्वागत आहे. हे शिबिर सरश्रींच्या मार्गदर्शनावर आधारित आहे. सरश्री, आजच्या युगातील आध्यात्मिक गुरू असून, ते आजच्या लोकभाषेत अत्यंत सहजपणे आध्यात्मिक समज प्रदान करतात.

महाआसमानी परमज्ञान शिबिराचा उद्देश :

विश्वातील प्रत्येक मनुष्यानं 'मी कोण आहे', या प्रश्नाचं उत्तर जाणून तो सर्वोच्च आनंदाच्या अवस्थेत स्थापित व्हावा, हाच या शिबिराचा मुख्य उद्देश आहे. प्रत्येकाला असं ज्ञान प्राप्त व्हावं, जेणेकरून त्यानं प्रत्येक क्षणी वर्तमानात जगण्याची कला आत्मसात करावी. तो भूतकाळाचं ओझं आणि भविष्याची चिंता यांतून मुक्त व्हावा. प्रत्येकाच्या

आयुष्यात कधीही न संपणारा आनंद आणि योग्य समज यावी. शिवाय, प्रत्येकानं समस्या विलीन करण्याची कला आत्मसात करावी. थोडक्यात, मनुष्यजन्माचा उद्देश सफल व्हावा, हाच या शिबिराचा उद्देश आहे.

'मी कोण आहे? मी येथे का आहे? मोक्ष म्हणजे काय? या जन्मातच मोक्षप्राप्ती शक्य आहे का?' असे प्रश्न जर तुमच्या मनात असतील, तर त्यांवरील उत्तर आहे- 'महाआसमानी शिबिर'.

महाआसमानी परमज्ञान शिबिराचे मुख्य लाभ :

वास्तविक या शिबिराचे लाभ तर असंख्य आहेत; पण त्यांपैकी मुख्य लाभ पुढीलप्रमाणे-

* जीवनात शक्तिशाली ध्येय निश्चित होतं
* 'मी कोण आहे' हे अनुभवाने जाणता येतं (सेल्फ रियलायजेशन)
* मनाचे सर्व विकार विलीन होतात.
* भय, चिंता, क्रोध, बोरडम, मोह, तणाव या नकारात्मक बाबींतून मुक्ती
* प्रेम, आनंद, मौन, समृद्धी, संतुष्टी, विश्वास अशा दिव्य गुणांशी युक्ती
* साधं, सरळ पण शक्तिशाली जीवन जगता येतं
* प्रत्येक समस्येचं निराकरण करण्याची कला प्राप्त होते
* 'प्रत्येक क्षणी वर्तमानात जगणं' हा तुमचा स्वभाव बनतो
* आपल्यातील सर्व सकारात्मक शक्यता खुलतात
* याच जीवनात मोक्षप्राप्ती होते

महाआसमानी परमज्ञान शिबिरात सहभागी कसं व्हाल?

या शिबिरात सहभागी होण्यासाठी तुम्हाला खालील बाबींची पूर्तता करायची आहे-

१) तुमचं वय कमीत कमी अठरा किंवा त्यापेक्षा अधिक असायला हवं.

२) सर्वप्रथम तुम्हाला 'सत्य-स्थापना' (फाउंडेशन ट्रुथ रिट्रीट) शिबिरात सहभागी व्हावं लागेल. या शिबिरात, तुम्ही प्रामुख्यानं दोन बाबी शिकाल- प्रत्येक क्षणी वर्तमानात जगण्याची कला कशी आत्मसात करावी आणि निर्विचार अवस्था कशी प्राप्त करावी.

३) प्राथमिक स्तरावर तुम्हाला काही प्रवचनं ऐकायची असून, त्यांतून तुम्ही मूलभूत

समज आत्मसात कराल आणि महाआसमानी शिबिरात प्रवेश करण्यासाठी तयार व्हाल.

महाआसमानी शिबिर वर्षभरात चार-पाच वेळा आयोजित केलं जातं. यात हजारो सत्यशोधक सहभागी होतात. महाआसमानी शिबिराची पूर्वतयारी तुम्ही तेजज्ञान फाउंडेशनच्या नजीकच्या सेंटरवरही करू शकता. महाराष्ट्रात अहमदनगर, सातारा, औरंगाबाद, नाशिक, नागपूर, वर्धा, अमरावती, चंद्रपूर, यवतमाळ, कोल्हापूर, सांगली, रत्नागिरी, लातूर, बीड, नांदेड, परभणी, पनवेल, मुंबई, ठाणे, सोलापूर, पंढरपूर, जळगाव, अकोला, बुलढाणा, धुळे, भुसावळ आणि महाराष्ट्राबाहेर सुरत, अहमदाबाद, बडोदा, नवी दिल्ली, बेंगलुरू, बेळगाव, धारवाड, रायपूर, भुवनेश्वर, कोलकाता, रांची, लखनौ, कानपूर, चंदीगढ, जयपूर, चेन्नई, पणजी, म्हापसा, भोपाळ, इंदोर, इटारसी, हर्दा, विदिशा, बुऱ्हाणपूर या ठिकाणी महाआसमानी शिबिराची पूर्वतयारी करू शकता.

तेजज्ञान फाउंडेशनमध्ये उपलब्ध असणाऱ्या सरश्रीलिखित पुस्तकांचं वाचन करून किंवा सरश्रींच्या प्रवचनांच्या सीडीज ऐकूनही तुम्ही या शिबिराची पूर्वतयारी करू शकता. याशिवाय, तुम्ही टीव्ही, रेडिओ किंवा यू ट्युबवरील सरश्रींच्या प्रवचनांचा लाभही घेऊ शकता. पण लक्षात घ्या, पुस्तकांतील ज्ञान, सीडी, टीव्ही, रेडिओ आणि यू ट्युबवरील प्रवचनं म्हणजे 'तेजज्ञानाची तोंडओळख' आहे; 'संपूर्ण तेजज्ञान' मुळीच नाही. तुम्ही महाआसमानी शिबिरात सहभागी होऊनच तेजज्ञानाचा आनंद घेऊ शकता. तेव्हा आगामी महाआसमानी शिबिरात सहभागी होण्यासाठी आजच संपर्क करा- 09921008060/ 75, 9011013208

महाआसमानी परमज्ञान शिबिरस्थान :

हे शिबिर पुण्यातील मनन आश्रम येथे आयोजित केलं जातं. येथे तुमच्या निवासाची आणि भोजनाची व्यवस्था केली जाते. तुम्हाला काही शारीरिक व्याधी असतील आणि त्यासाठी जर तुम्ही नियमितपणे औषधं घेत असाल, तर शिबिरात येताना ती सोबत बाळगावीत. शिवाय, वातावरणानुसार गरम कपडे, स्वेटर, ब्लँकेटही आणावं.

पुणे शहरापासून १७ किलोमीटर अंतरावर अत्यंत निसर्गरम्य परिसरात मनन आश्रम वसलेला आहे. आश्रमात महिला आणि पुरुष यांच्या निवासाची स्वतंत्र व्यवस्था असून येथे जवळपास ८०० लोकांच्या राहण्याची व्यवस्था आहे. आपण हवाईमार्ग, हायवे किंवा रेल्वे अशा कोणत्याही मार्गाने पुण्यात येऊ शकता.

मनन आश्रम : मनन आश्रम, पुणे, सर्व्हे नं. ४३, सणस नगर, नांदोशी गाव, किरकटवाडी फाटा, तालुका- हवेली, जिल्हा-पुणे-४११०२४. फोन : 09921008060

'सरश्रीं'द्वारे रचित इतर पुस्तकं

शिष्य उपनिषद

गुरु-शिष्य यांच्या साक्षात्काराच्या कथा

पृष्ठ संख्या : १६८ मूल्य : ₹ १५० | Also available in Hindi

मनुष्याची इच्छा असेल तर तो गुरूंच्या सान्निध्यात राहून जीवनात आनंदाची पेरणी करू शकतो किंवा त्यांच्यापासून दूर राहून काटेही उगवू शकतो. त्याची इच्छा असेल तर, याच जीवनात नरकाची यात्रा करू शकतो किंवा स्वर्गाचा आनंदही तो उपभोगू शकतो. या दोन्ही दिशा त्याच्यासाठी सताड खुल्या असतात.

मनुष्य स्वतःचा मित्र असू शकतो, तसाच शत्रूही असू शकतो. आपलं शरीर हरीकडे नेणारं द्वारही बनू शकतं आणि हरीपासून आपल्याला दूरही करू शकतं. वास्तविक, हे शरीर हरीचं (ईश्वरापर्यंत पोहोचणारं) साधन कसं बनेल, ही कला फार थोडे लोक जाणतात. त्यासाठी आवश्यकता असते, ती त्या द्वारातून आत नेणाऱ्या, योग्य गुरूंच्या मार्गदर्शनाची आणि ते ग्रहण करणाऱ्या खऱ्या शिष्याची!

'विचार नियमां'चे मूळ प्रार्थना बीज

विश्वास बीज एक अद्‌भुत शक्ती

पृष्ठ संख्या : २०८ मूल्य : ₹ १६० | Also available in Hindi

प्रार्थनेत खूप शक्ती आहे. प्रार्थना चितेला शीतल तर दगडाला मऊ करू शकते. ती वादळाला शमवू शकते आणि बुडत्या नावेला किनाऱ्यावर आणू शकते. विश्वातील सर्व लोक एकाच स्थानावर, एकाचवेळी एकत्रितपणे दोन मिनिटं प्रार्थना करू लागले तर विश्वयुद्धही रोखली जाऊ शकतात. प्रार्थना जगातील सर्वोच्च शक्ती असून समस्या येण्यापूर्वीच ती माणसाला दिली गेलीय.

विश्वातील सर्वोच्च तरंग म्हणजे विश्वास. या विश्वासामुळेच प्रार्थनेचं फळ मिळतं. आपल्या अंतरंगात तेजविश्वासाची शक्ती असून ती लवकरात लवकर जागृत व्हायला हवी. विश्वासच जेव्हा बीज बनतं तेव्हा आश्चर्य आणि चमत्काराचं भरघोस पीक प्राप्त होतं.

कसं प्राप्त कराल
ईश्वराचं मार्गदर्शन

पृष्ठ संख्या : १६० मूल्य : ₹ १५० | Also available in Hindi

ईश्वर विविध माध्यमांद्वारे आपल्याला सतत मार्गदर्शन देत असतो. पण चुकीच्या धारणांमुळे, अज्ञानामुळे आपण ते समजू शकत नाही. परिणामी अमूल्य संदेशापासून वंचित राहून आपण आयुष्यभर दुःखच झेलत बसतो... ईश्वराची साथ सदैव आपल्या सोबत असते. इतकंच नव्हे, तर तो सतत आपल्या अंतरंगात विराजमान असतो. सुखात आणि दुःखातही त्याची उपस्थिती कायमच असते. मग तरीही आपण या दिव्य मार्गदर्शनापासून वंचित का राहतो? कारण ईश्वराचं मार्गदर्शन कसं प्राप्त करावं, याबाबतीत आपण अनभिज्ञ असतो.

प्रस्तुत पुस्तक म्हणजे ईश्वरीय संदेश ग्रहण कसा करावा, यासंबंधी दिशा दाखवणारा दीपस्तंभच!

दुःखात खुश राहण्याची कला
संवाद गीता

पृष्ठ संख्या : २६४ मूल्य : ₹ १७० | Also available in Hindi

आपल्या जीवनाचा अर्थ न कळल्यामुळे माणसाचं संपूर्ण आयुष्यच संभ्रमात निघून जातं. कधी तो दोरीलाच साप समजून झोडपत राहतो तर कधी फासाला झोका समजून लटकू पाहतो. या सगळ्या गोंधळात अर्थ कळण्याची शक्यता दुरावत जाते. आयुष्यातला आनंद हरवून जातो. हा हरवलेला आनंद पुन्हा प्राप्त करायचा असेल तर आधी दुःख म्हणजे काय हे समजून घ्यायला हवं. दुःखाकडे पाहण्याचा योग्य दृष्टिकोन प्राप्त झाला तरच हे घडू शकतं. 'संवाद गीता' वाचायला सुरुवात करणं म्हणजे सरश्रींचं बोट धरुन त्या अनंदमार्गावर टाकलेलं पहिलं पाऊल होय. या गीतेचा प्रत्येक अध्याय पुन:पुन्हा वाचा. त्यातील प्रत्येक शब्द तुमच्या विचारांमध्ये सामावून घ्या आणि मग बघा खुशी आपल्याकडे कशी चालत येते!

तेजज्ञान इंटरनेट रेडिओ

तेजज्ञान इंटरनेट रेडिओद्वारे २४ तास ३६५ दिवस, सरश्रींच्या प्रवचन आणि भजनांचा लाभ घ्या. त्यासाठी पाहा लिंक –
http://www.tejgyan.org internetradio.aspx

विविध भारती F.M. वर दर रविवारी
सकाळी १०:०५ ते १०:१५ वा.

नोट : या कार्यक्रमांच्या वेळेत बदल झाल्यास नोंद ठेवावी.

---

www.youtube.com/tejgyan च्या साहाय्यानेदेखील
सरश्रींच्या प्रवचनांचा लाभ घेऊ शकता.
For online shoping visit us - www.tejgyan.org,
www.gethappythoughts.org

आपणास हवी असलेली पुस्तकं घरपोच मिळण्यासाठी मनीऑर्डर पाठवा.

ही पुस्तकं आमच्या खर्चाने रजिस्टर्ड पोस्ट, कुरिअर आणि व्ही.पी.पी.द्वारे पाठवली जातील. त्यासाठी खालील पत्त्यावर संपर्क साधावा.

वॉव पब्लिशिंग्ज् प्रा. लि.

*रजिस्टर्ड ऑफिस : E- 4, वैभव नगर, तपोवनमंदिराजवळ, पिंपरी, पुणे -४११०१७

* पोस्ट बॉक्स नं. ३६, पिंपरी कॉलनी, पोस्ट ऑफिस, पिंपरी-पुणे - ४११०१७

फोन नं. : 09011013210 / 9623457873

आपण पुस्तकांची ऑर्डर ऑनलाईनही देऊ शकता.

लॉग इन करा - www.gethappythoughts.org

३०० रुपयांहून अधिक किमतीची पुस्तकं मागवल्यास १०% सूट मिळेल आणि डिलिव्हरी फ्री.

तेजज्ञान फाउंडेशनच्या मुख्य शाखा

- **पुणे :** (रजिस्टर्ड ऑफिस)
  विक्रांत कॉम्प्लेक्स, तपोवन मंदिराजवळ,
  पिंपरी, पुणे : 411 017.
  फोन : (020) 27412576, 27411240

- **मनन आश्रम :**
  सर्व्हे नं. ४३, सणस नगर, नांदोशी गांव,
  किरकटवाडी फाटा, तालुका : हवेली,
  जि. पुणे : 411 024. फोन : 09921008060

---

e-books

The Source • Complete Meditation • Ultimate Purpose of Success • Enlightenment • Inner Magic • Celebrating Relationships • Essence of Devotion • Master of Siddhartha • Self Encounter and many more.
Also available in Hindi at gethappythoughts.org

Free apps

U R Meditation & Tejgyan Internet Radio on all platforms like Android, iPhone, iPad and Amazon

e-magazines

'Yogya Aarogya' & 'Drushtilakshya'
emagazines available on www.magzter.com

e-mail

mail@tejgyan.com

website

www.tejgyan.org, www.gethappythoughts.org

✳ **नम्र निवेदन** ✳

विश्वशांतीसाठी लाखो लोक दररोज सकाळी आणि रात्री ९:०९ मिनिटांनी प्रार्थना करत आहेत.
कृपया, आपणही यामध्ये सहभागी व्हा.

|| भक्तीचा हिमालय द मीरा || १३६

www.ingramcontent.com/pod-product-compliance
Lightning Source LLC
LaVergne TN
LVHW040153080526
838202LV00042B/3138
* 9 7 8 8 1 8 4 1 5 4 5 2 8 *